કોઈ તો સમજો મને

અંતર નો અવાજ

સંબંધોમાં સમજણનું મહત્વ

તુષાર મેહતા

KOI TO SAMJO MANE: ANTER NO AVAZ (Gujrati Edition)

By Tushar Mehta

First Edition, August 2025

અર્પણ

મારી પ્રિય માતા, ઈલાબેન ગિરીશભાઈ મહેતા, જેમણે ૧૯૯૪માં આ દુનિયા છોડી, પરંતુ ક્યારેય મારા હૃદયથી દૂર થયા નથી. તેમનો શાંત, નમ્ર સ્વભાવ, સેવાની અડગ ભાવના અને માનવતા આજે પણ મને દરરોજ માર્ગદર્શન આપે છે. તેઓ હંમેશા શાંત,મદદરૂપ, પવિત્ર અને આનંદી મન સાથે સૌમ્યતા અને દયાનું જીવંત પ્રતીક હતા. તે હવે શારીરિક રીતે મારી સાથે નથી, પણ હું મારા જીવનના દરેક પગલાં પર તેમની હાજરી અનુભવું છું. તેમના આશીર્વાદ હંમેશા મારી સાથે છે, તેમના મૂલ્યો મારા શબ્દોમાં ચમકે છે અને તેમનો પ્રેમ મારા દરેક લેખનમાં શ્વાસરૂપે જીવંત છે.

આ પુસ્તક તેમના તરફના મારા પ્રેમનું પ્રતિબિંબ છે—બુદ્ધિ, કરુણા અને ભાવનાત્મક જોડાણ એ મારી શક્તિના શાશ્વત સ્ત્રોત છે જે મારા અટલ માર્ગદર્શક છે અને "કોઈ તો સમજો મને" પ્રકાશન પાછળનો પ્રકાશ છે.

અનંત પ્રેમ અને કૃતજ્ઞતા સાથે — તુષાર મહેતા

સ્વીકૃતિ-ઓહ્મ શાંતિ

સૌ પ્રથમ, હું સર્વશક્તિમાન પરમાત્મા શિવબાબા અને સાંઈ બાબાને હૃદયપૂર્વક પ્રણામ કરું છું - પ્રણામ એ દૈવી શક્તિને જે મારા દરેક વિચારને શબ્દોમાં રૂપાંતરિત કરવામાં મદદ કરે છે, દરેક ભાવનાને રંગ આપે છે અને દરેક સંબંધમાં જીવંતતા લાવે છે. તે અનામી પ્રેરણા વિના આ પુસ્તક શક્ય ન હોત.

"કોઈ તો સમજો મને" ફક્ત વાર્તાઓનો સંગ્રહ નથી - તે મારા આત્માની અનુભૂતિ છે. આ પુસ્તક વર્ષોની અથાક મહેનત, અનેક વિચારોની સફર, શંકાના સમયે મને ટેકો આપનારા ચાહકો અને ચાયની અસંખ્ય ચુસ્કીઓ સાથે આકાર પામ્યું છે. આ પુસ્તક ધીરજ, પ્રામાણિકતા અને હૃદયથી લખાયેલી વાર્તાઓની શક્તિનું જીવંત ઉદાહરણ છે.

મારા પરિવાર અને મિત્રોનો ખાસ આભાર જેમણે જિંદગીના દરેક પડાવ પર સાથ આપ્યો છે. તમારો સાથ મારા માટે પ્રેરણા અને આશીર્વાદ રહ્યો છે.

મારા પિતા - જીવન પ્રત્યે તમારો સકારાત્મક દૃષ્ટિકોણ, તમારો સૌમ્ય સ્નેહ, સાથ અને અપાર લાગણીઓએ મને જીવનભર ટેકો આપ્યો છે. નિવૃત્તિ પછી તમે પિતા અને માતા બંનેની ભૂમિકા ભજવી છે એ હકીકત મારા હૃદયને ઊંડે સુધી સ્પર્શે છે. આ પુસ્તકના દરેક શબ્દમાં તમારી મૌન તપસ્યા અને પ્રેમ જીવંત છે.

મારી પત્ની - તમારો અપાર પ્રેમ, મારા પર અતૂટ વિશ્વાસ અને તમે અત્યાર સુધી આપેલા બલિદાનો મારા માટે એક આધાર છે. મારા વિદેશ પ્રવાસ દરમ્યાન, તેમણે ઘરની દરેક જવાબદારી સુંદર રીતે નિભાવી છે. ઘરની પુત્રવધૂ નહીં, પણ એક પુત્રી તરીકે તેમણે પપ્પાની પડખે ઊભા રહીને મને ચિંતામુક્ત રાખ્યો છે, જેથી હું મારા

કાર્યમાં અપાર સફળતા મેળવી શકું. તમારા સહનશીલ સમર્થન, પ્રેમ અને વિશ્વાસ વિના આ પુસ્તક લખવું અને પ્રકાશિત કરવું શક્ય ન હોત. જ્યાં પણ યોગ્ય હોય, તમે મને વિવેચક બનીને મારી ભૂલો સુધારવામાં મદદ કરી છે.

મારો દીકરો - બાળપણથી જ ખૂબ જ શાંત, સૌમ્ય અને લાગણીશીલ. તમારો માનસિક ટેકો હંમેશા મારા માટે ભાવનાત્મક બળતણ જેવો રહ્યો છે. જ્યારે જરૂર પડે ત્યારે, "પપ્પા, હું છું ને તમે ચિંતા કરશો નહીં" શબ્દો મને અપાર શક્તિ પ્રદાન કરે છે. તમારો ઉત્સાહ અને પ્રેમ, તમારી પરિપક્વતા અને સ્નેહ મને ઊંડે સુધી સ્પર્શી ગયા છે. આ પુસ્તકમાં લાગણીઓના રૂપમાં તમારું હૃદય પણ ધબકે છે.

મારી પુત્રવધૂ — તમે ઘરમાં દીકરી બનીને આવ્યા અને મને અપાર પ્રેમથી પુસ્તક લખવાની મારી તીવ્ર ઈચ્છાને બળ આપ્યું. જ્યારે અમુક કારણોસર હું લખવાનું પડતું મૂકતો ત્યારે તમારું ઉત્સાહપૂર્ણ વાક્ય - "ડેડ, તમે કરી શકો છો," મારા મનોબળને વધારે વેગ આપતું અને પાછું લખવાનું હું ચાલુ રાખતો. તમારું એ નાનકડું વાક્ય મારા આત્મવિશ્વાસને પુર્નજીવિત કરી દેતું. તમારું સમર્થન મારા માટે અમૂલ્ય રહ્યું છે.

મારી બહેન - માતૃત્વની લાગણી, મારા માથા પર હાથ, પ્રેમાળ હૃદય અને માતાની જેમ ચહેરા પર સૌમ્ય સ્મિત સાથે - મમ્મીના અવસાન પછી પણ તમે હંમેશા તેના પડછાયા તરીકે ઉભા રહ્યા છો. તમારી અપાર સંભાળ, પ્રેમ અને ટેકો હંમેશા મારા માટે આશીર્વાદ છે.

મારા બધા ભાઈ-બહેનો અને પિતરાઈ ભાઈ-બહેનો માટે - તમારા ઉત્સાહ, પ્રેમ અને "તમે કરી શકો છો!" ના સતત સંદેશાઓએ મને કટોકટીના સમયમાં પણ આગળ વધવાની શક્તિ આપી.

મારા પ્રેમાળ મિત્રો માટે - તમે મારા હૃદયમાં સ્થાન ધરાવો છો. તમે શાંત ક્ષણોમાં પણ મારા સંકેતોને સમજી શક્યા છો, મારી નાની જીતમાં આનંદ માણ્યો છે, અને

મારી સફરનો એક અભિન્ન ભાગ બન્યા છો. મારી નાની પોસ્ટ હોય કે કવિતાઓ, તમે બધાએ મને ખૂબ પ્રશંસા અને પ્રોત્સાહન આપ્યું છે.

મારા સોશિયલ મીડિયા સમુદાય - ફેસબુક, ઈન્સ્ટાગ્રામ અને યુટ્યુબ પર 10,000 થી વધુ મિત્રો... જે રીતે તમે "હેપીનેસ વિધિન" દ્વારા મારી સફરને ટેકો આપ્યો, તમારા તરફથી એક લાઈક, શેર અથવા સંદેશ દ્વારા પણ મને એવું લાગ્યું કે આ વાર્તાઓ ખરેખર કોઈના હૃદયને સ્પર્શી રહી છે. તમે મારી પોસ્ટ્સ નિયમિતપણે વાંચો છો અને હંમેશા મને લખવા માટે પ્રોત્સાહિત કરો છો તે મારા માટે હંમેશા શક્તિ સમાન છે. મારા દસ હજારથી વધુ સોશિયલ મીડિયા ફોલોઅર્સ વિના આ પુસ્તક લખવું અશક્ય હોત.મારા વાચકો, તમે મને અહેસાસ કરાવ્યો કે મારા લેખનના શબ્દો અને વાર્તાઓમાં શક્તિ અને સત્ય છે, અને હા તમે બધાએ મને પ્રેરણા આપી કે આજના સમયમાં એવા લેખનની જરૂર છે જેને વાંચ્યા પછી દરેક વ્યક્તિ એકબીજાને વધુ સારી રીતે સમજવાનો પ્રયાસ કરે.

મારા પ્રકાશક, સંપાદક અને ડિઝાઈન ટીમ - હું તમારી વ્યાવસાયિકતા, સર્જનાત્મકતા અને સમર્પણ માટે આભારી છું. લેખનને પુસ્તકમાં ફેરવવામાં તમારું દરેક યોગદાન એક શક્તિશાળી સાધન રહ્યા છે.

આ પુસ્તકના શરૂઆતના ડ્રાફ્ટ્સ વાંચનારા, મને પ્રામાણિક પ્રતિભાવ આપનારા અને મારી લેખન યાત્રાના દરેક પગલા પર માર્ગદર્શન આપનારા દરેક વ્યક્તિનો હું હૃદયપૂર્વક આભાર વ્યક્ત કરવા માંગુ છું.

અને છેલ્લે...એ દરેક વ્યક્તિ માટે કે જેમણે ક્યારેય પોતાના હૃદયમાં વિચાર્યું છે, "કાશ કોઈ મને સમજી શકે..." આ પુસ્તક તમારા માટે છે.

હૃદયપૂર્વકના પ્રેમ અને આભાર સાથે,

– તુષાર મહેતા

વિષયસૂચિ

પ્રારંભિક વિભાગો

વાર્તાઓનો ખંડ

શ્રી વીરેન્દ્ર પરીખ દ્વારા પુસ્તક સમીક્ષા અને આશીર્વાદ

(મુંબઈ, ૯૪ વર્ષ, નિવૃત્ત વકીલ, આંતરરાષ્ટ્રીય પ્રેરક વક્તા, અને ભૂતપૂર્વ જિલ્લા ગવર્નર, લાયન્સ ક્લબ)

તુષારને તેના જન્મથી જ મોટા થતા જોયા પછી, લેખનમાં તેની વિચારશીલ સફર જોઈને મારું હૃદય અપાર ખુશીથી ભરાઈ જાય છે.

૯૪ વર્ષની ઉંમરે, કાયદામાં જીવનભર કામ કર્યા પછી, ઘણા દેશોમાં પ્રેરક ભાષણ આપ્યા પછી અને લાયન્સ ક્લબના જિલ્લા ગવર્નર તરીકે સેવા આપ્યા પછી, હું કહી શકું છું કે તુષાર મહેતાનું કાર્ય એક દુર્લભ અને ગહન સત્યને સ્પર્શે છે - સમજણ ફક્ત જાણવા, પસંદ કરવા અથવા પ્રેમ કરવા કરતાં ઘણી ઊંડી છે.સરળ છતાં શક્તિશાળી ભાષામાં તેણે વિવિધ સંબંધોને સુંદર રીતે આવરી લીધા છે, દરેક વાર્તા ભાવનાત્મક ઊંડાણ અને મૌન શાણપણ ધરાવે છે.તેના કાર્ય દ્વારા તમામ ઉંમરના વાચકો ચોક્કસપણે સમજ, ભાવનાત્મક સંવર્ધન અને માનવ વર્તનની ઊંડી જાગૃતિ મેળવશે.

તુષારે યોગ્ય રીતે અસ્પષ્ટ ભાવનાત્મક જરૂરિયાતોને કેદ કરી છે જે શાંતિથી આપણા જીવનને આકાર આપે છે, આજના ઝડપી ગતિશીલ વિશ્વને એક મૂલ્યવાન ભેટ આપે છે.ભગવાન તુષારને સતત વિકાસ, શાણપણ અને તેના શબ્દો દ્વારા ઘણા બધા હૃદયને સ્પર્શવાની શક્તિ આપે.તેના ઉજ્જવળ, અર્થપૂર્ણ ભવિષ્ય માટે મારા હૃદયપૂર્વકના આશીર્વાદ અને શુભેચ્છાઓ.

શ્રી વીરેન્દ્ર પરીખ

મુંબઈ.

લેખક વિષે

આજના ઝડપી અને વ્યસ્ત વિશ્વમાં, મોટાભાગના લોકો પાસે ખરેખર સાંભળવા કે સમજવાનો સમય નથી. દરેક વ્યક્તિ ઉતાવળમાં હોય છે અને મોટાભાગના લોકોને લાગે છે કે કોઈ તેમને ખરેખર સમજી શકતું નથી. આ બધા વચ્ચે, તુષાર મહેતા હૃદયને સ્પર્શી જાય તેવી અને લોકોને એકસાથે લાવતી વાર્તાઓ શેર કરીને શાંતિથી ફરક લાવવાનો પ્રયાસ કરી રહ્યા છે -તુષારે ઘણા વર્ષોથી વિવિધ દેશોમાં સફળતાપૂર્વક કામ કર્યું છે. તેઓ જીવનના દરેક ક્ષેત્રના ઘણા લોકોના સંપર્કમાં આવ્યા છે અને ઊંડાણમાં તેમના આંતરિક અવાજને સમજવાનો પ્રયાસ કર્યો છે. તેમને હંમેશા કંઈક અર્થપૂર્ણ લખવાની તીવ્ર ઈચ્છા હતી - કંઈક એવું જે લોકોના હૃદયને સ્પર્શે, કંઈક એવું જે દરેક પોતાના દૈનિક જીવનમાં અનુભવતા હોય. તુષાર મહેતા લાઈફ કોચ અને રિલેશનશિપ કોચ તરીકે ઘણા લોકોને મદદ કરે છે. ગુજરાતી અને હિન્દીમાં કવિતાઓ લખવાનો તેમનો શોખ લોકોમાં ખૂબ જ લોકપ્રિય છે.

છેલ્લા 7 થી 8 વર્ષોમાં, ઘણું બધું અવલોકન કર્યા પછી, તેમણે ધીરજપૂર્વક ઘણી વાર્તાઓ લખી છે, જે વાસ્તવિક જીવનની લાગણીઓ, સંબંધો અને આપણે બધા જેમાંથી પસાર થઈએ છીએ તે નાની ક્ષણોથી પ્રેરિત છે. આમાંની કેટલીક વાર્તાઓનો શ્રેષ્ઠ સંગ્રહ એટલે તેમનું પુસ્તક "કોઈ તો સમજો મને".આ પુસ્તકને આકાર આપવામાં વર્ષો લાગ્યા હોવા છતાં, તેનો સંદેશ સરળ, હૃદયસ્પર્શી અને શક્તિશાળી છે - તે એવી લાગણીઓને કેદ કરે છે જે આપણે બધા જોવા, સાંભળવા અને સમજવા માંગીએ છીએ.

ફેસબુક, ઇન્સ્ટાગ્રામ અને યુટ્યુબ પર " હેપીનેસ વિધિન" નામથી શેર કરાયેલી તેમની ટૂંકી વાર્તાઓએ ઘણા લોકોના જીવનને સ્પર્શી લીધું છે. વાચકો કહે છે, "વાચકોને લાગે છે કે આ વાર્તા આપણા પોતાના વિશે જ છે." તેમની લખવાની શૈલી સરળ, પ્રામાણિક અને લાગણીઓથી ભરેલી છે, જેની સાથે આપણે બધા સંકળાયેલા છીએ.

“કોઈ તો સમજો મને” માં દરેક વાર્તા એક મુખ્ય વિચારની આસપાસ લખાયેલી છે - તે વિચાર છે "સમજણ".આ પુસ્તક ઘણા વિષયો પર વાત કરે છે, જેમ કે પતિ-પત્ની વચ્ચે ક્યારેક ઉદ્ભવતા તીવ્ર તણાવ, માતાપિતા અને બાળકો વચ્ચેનું અંતર, પ્રેમ સંબંધમાં ઉતાર-ચઢાવ અથવા કાર્યસ્થળ પર નાના-મોટા મતભેદો અને નિવૃત્તિની સમસ્યાઓ અથવા લાગણીઓનો અતિરેક જેવા ઘણા અન્ય પ્રસંગો. "કોઈ તો સમજો મને" એ એવી ઘણી બધી વાર્તાઓનો સંગ્રહ છે જેનો તમે ચા કે કોફી સાથે આનંદ માણી શકશો.તુષારે પ્રામાણિકતા અને ઉષ્મા સાથે લખ્યું છે, અને જે લોકોને એવું લાગે છે કે કોઈ તેમને સમજી શકતું નથી, તેમને એ સમજવામાં મદદ કરી છે કે તેઓ એકલા નથી. ઘણા લોકો આ માન્યતાનો ભોગ બની રહ્યા છે અને સમજણનો અભાવ અનુભવી રહ્યા છે. "કોઈ તો સમજો મને" એ એવી વાર્તાઓનો સંગ્રહ છે જે આપણને આ માન્યતામાંથી બહાર કાઢશે. તુષારે લખેલી વાર્તાઓ હૂંફ, સ્પષ્ટતા સભર છે જે આપણને એકબીજાની વધુ કાળજી લેવાની યાદ અપાવે છે.આમાંની ઘણી ભાવનાત્મક વાર્તાઓ તેમના ફેસબુક, ઇન્સ્ટાગ્રામ પેજ અને યુટ્યુબ પર " હેપીનેસ વિધિન" નામથી ઉપલબ્ધ છે અને વધુ નિયમિતપણે શેર કરવામાં આવી રહી છે.

તુષારનો ધ્યેય સ્પષ્ટ છે - ભાવનાત્મક અવરોધોને તોડી નાખવાનો અને લોકોને યાદ અપાવવાનો કે વાસ્તવિક માનવીય સમજણ હજુ પણ અસ્તિત્વમાં છે.

તુષાર મેહતા – જીવન અને સંબંધોના માર્ગદર્શક

તુષાર મેહતા, એક અનુભવી *લાઈફ અને રિલેશનશિપ કોચ*, છેલ્લા કેટલાક વર્ષોથી માનવ સંબંધો અને જીવનની મુશ્કેલીઓને સમજવા અને ઉકેલવા માટે કાર્યરત છે. તેમના 30 વર્ષના આંતરરાષ્ટ્રીય અનુભવ અને માનવ મનની ઊંડી સમજણને કારણે તેઓ વિદ્યાર્થીઓ, માતા-પિતા, પતિ-પત્ની, મિત્રો, નિવૃત્ત વ્યક્તિઓ અને ગૃહિણીઓના જીવનમાં સકારાત્મક પરિવર્તન લાવી રહ્યા છે.

તેમની નવી વિકસાવેલી *સેલ્ફ-હીલિંગ ટેકનિક* 6 શક્તિશાળી વિજ્ઞાનોનું અનોખું સંયોજન છે–

ઔરા સ્કેનિંગ, ચક્ર હીલિંગ, જ્યોતિષ શાસ્ત્ર, હસ્તરેખા વિજ્ઞાન, ફેસ રીડિંગ અને NLP (ન્યુરો-લિંગ્વિસ્ટિક પ્રોગ્રામિંગ).

આ સમન્વિત પ્રક્રિયા દ્વારા તેઓ વ્યક્તિના આંતરિક ઊર્જા સ્તરોનું સંતુલન કરી તેને માનસિક શાંતિ, આત્મવિશ્વાસ અને સંબંધોમાં સુમેળ પ્રાપ્ત કરવામાં મદદ કરે છે.તેમના બનાવેલા યુનિક લાઈફ રિપોર્ટ વ્યક્તિના જીવનના તમામ મહત્વપૂર્ણ પાસાઓનું ઊંડાણપૂર્વક વિશ્લેષણ કરે છે અને મદદ કરે છે.

- વિદ્યાર્થી જીવનમાં ધ્યાન, અભ્યાસ ક્ષમતા અને આત્મવિશ્વાસ વધારવા,
- પતિ-પત્ની વચ્ચે પ્રેમ અને સમજણમાં વધારો કરવા,
- માતા-પિતા અને સંતાનો વચ્ચે સંવાદ વધારવા,
- ગૃહિણીઓના આત્મવિશ્વાસને જાગૃત કરવા,
- નિવૃત્ત લોકોમાં જીવનનો આનંદ અને શાંતિ પાછી લાવવા.

તેમના હીલિંગ સેશન્સ માનસિક તાણ, ડિપ્રેશન, આત્મવિશ્વાસની કમી અને સંબંધોના તણાવને દૂર કરે છે. તેમના મંતવ્ય મુજબ – “સાચી હીલિંગ અંદરથી શરૂ થાય છે, અને દરેક વ્યક્તિમાં પોતાને સ્વસ્થ બનાવવાની શક્તિ છે.”

ડૉ.રૂપલ મહેતા

(કન્સલ્ટન્ટ હોમીયોપેથ- ઓનલાઇન-ઈન પર્સન)

પ્રસ્તાવના

કોઈ તો સમજો મને
"હેપ્પીનેસ વિધીન"
તુષાર મહેતા

પ્રિય વાચક,

આજના યુગમાં, સ્ક્રીન ટાઈમ આપણા જીવનનો કિંમતી સમય ખાઈ જાય છે અને છતાં આપણે અંદરથી વધુ એકલતા અથવા ખાલીપો અનુભવીએ છીએ. પ્રશ્ન એ છે:શું સ્ક્રીન ટાઈમને ક્વોલિટી ટાઈમમાં ફેરવી શકાય?આજના સમયમાં મોબાઈલ કે ટીવી સ્ક્રીન પર સમય વિતાવવો જરૂરી છે, પરંતુ જો તેનો સભાનતા અને કાળજીપૂર્વક ઉપયોગ કરવામાં આવે તો તે શાંતિ અને આનંદ તરફ દોરી શકે છે. કમનસીબે, આજે પુસ્તકો વાંચવાની અને સારા સાહિત્યનો આનંદ માણવાની ટેવ ખૂબ જ દુર્લભ બની રહી છે. ગુણવત્તાયુક્ત વાંચન એ માત્ર એક શોખ નથી - તે એક આવશ્યકતા પણ છે. તે એક સ્વૈચ્છિક નિર્ણય છે - જ્યાં આપણે અંદરના અવાજને સાંભળવા માટે જાગૃત થઈએ છીએ.આ પુસ્તક દરેક પેઢી માટે છે - યુવાનોથી લઈને નિવૃત્ત લોકો માટે. ઝડપી ગતિશીલ દુનિયામાં, સમજણ જેવી ઊંડી લાગણીઓ ઝાંખી પડી રહી છે. આ પુસ્તક દરેક વાચકને તેમના વિચારોને

ફરીથી ઘડવામાં અને કરુણા સાથે જીવવાનો દ્રષ્ટિકોણ વિકસાવવામાં માર્ગદર્શન આપશે.

જો તમે યુવાન છો, તો આ પુસ્તક તમને તમારા ભાવિ જીવનને નવા દ્રષ્ટિકોણથી જોવા માટે પ્રેરણા આપી શકે છે. જો તમે મધ્યમ વયમાં છો, તો તમારા જીવનમાં વધુ સ્પષ્ટતા અને સંતોષ આવશે. અને જો તમે નિવૃત્ત જીવન જીવી રહ્યા છો, તો તમારામાં નવી ઉર્જા,આનંદ અને શાંતિ ઉમેરશે અને એ માટે માત્ર એક જ પગલું જરૂરી છે: વાંચન શરૂ કરો.

આ પાનાઓમાં પ્રવેશતા પહેલા એક ક્ષણ માટે થોભો, શાંતિથી વિચારો... અને વાંચો - ફક્ત તમારી આંખોથી નહીં, પણ તમારા હૃદયથી.આ પુસ્તક ચોક્કસ તમારા મનને જીવન પરના અભિવ્યક્ત વિચારો, ભાવનાત્મક વાર્તાઓ અને અર્થપૂર્ણ કાવ્યાત્મક સંવેદનાઓથી સંલગ્ન કરશે.મારી સર્જનાત્મક દુનિયા "હેપ્પીનેસ વિધિન" (Happinez Within) માં આપનું સ્વાગત છે - હું તમને વિનંતી કરું છું કે, ફેસબુક, ઈન્સ્ટાગ્રામ પેજ અને યુટ્યુબ ચેનલના "હેપ્પીનેસ વિધિન" પરિવારમાં જોડાવા માટે અંતમાં આપેલા બારકોડને સ્કેન કરીને મારી યુટ્યુબ ચેનલને લાઈક કરો અને સબ્સ્ક્રાઈબ કરો.

ફેસબુક, ઈન્સ્ટાગ્રામ પેજ અને યુટ્યુબ ચેનલ "હેપ્પીનેસ વિધિન" એક એવી જગ્યા છે જ્યાં વાર્તાઓ આત્મા સાથે વાત કરે છે અને એમાંની જ કેટલીક વાર્તાઓ તમે અહીં વાંચવા જઈ રહ્યા છો.

"કોઈ તો સમજો મને" એ ફક્ત એક શીર્ષક નથી - તે મારી લગભગ સાત વર્ષની સફરનો સાર છે. એક એવી સફર - જ્યાં મેં વ્યક્તિઓના જીવનનું અવલોકન કર્યું, હૃદયદ્રાવક વાર્તાઓ સાંભળી, લાગણીઓના સ્તરોને સમજવાનો પ્રયાસ કર્યો અને લેખન દ્વારા મારી જાતને પણ ઓળખી.આ દરેક વાર્તાઓ સાચી લાગણીઓમાંથી

જન્મેલી છે, જીવનના સત્ય દ્વારા આકાર પામેલી છે, અને તમને આવકારવા, પારખવા અને દિલાસો આપવા માટે રચાયેલ છે.શું આપણે બધાએ ક્યારેક એવું અનુભવ્યું નથી?"" કે કોઈ મને સમજતું નથી."પણ કદાચ એ જ ક્ષણે, તમારી નજીકની કોઈ વ્યક્તિ પણ આવી જ લાગણી અનુભવી રહી હશે.

આજના વિશ્વયુગમાં સમજણ અને જોડાણ વચ્ચેનું નાનું અંતર સરળતાથી વધી રહ્યું છે. એ જ અંતરના લીધે ખોટી ધારણાઓ અને દુઃખ ઉદ્ભવે છે.મનોવિજ્ઞાનમાં તે લાગણીને સ્વ-ચકાસણી પ્રક્રિયા કહેવામાં આવે છે - બીજાઓ આપણને જેમ જોઈએ છીએ તેમ સમજવાની ઈચ્છા.જ્યારે આપણને તે પ્રકારનો પ્રતિભાવ મળતો નથી, ત્યારે આપણે અંદરથી એકલા પડી જઈએ છીએ... અને સમય જતાં આપણે એવું માનવા લગીએ છીએ કે, "કોઈ મને સમજતું નથી."આ માન્યતા આપણા સંબંધોને બદલી નાખે છે, અંતર બનાવે છે અને જીવનમાં ખાલીપણું પેદા કરે છે.પણ એ જરૂરી નથી કે હંમેશા આવું જ હોય.આ પુસ્તક ઉષ્માભરી, ઊંડી વાર્તાઓનો સંગ્રહ છે જેમાં તમે જીવનના કેટલાક પ્રતિબિંબો જોઈ શકશો, જેમ કે અકથિત, અવ્યક્ત વિચારો તથા શાંત ભાવનાત્મક લાગણીઓ.દરેક વાર્તા પછી, તમારા મનમાં પ્રશ્નો ઊભા થઈ શકે છે.શું હું ખરેખર બીજા લોકોને સમજવા માટે તૈયાર છું?શું હું મારી લાગણીઓ પ્રેમથી વ્યક્ત કરું છું કે ફક્ત અપેક્ષાઓથી?શું હું જે સમજણ માંગુ છું તે આપી રહ્યો છું?

પ્રિય વાચક,

"કોઈ તો સમજો મને" એ ફક્ત એક પુસ્તક નથી.

તે એક યાત્રા છે.

તે એક સાથી છે.

અને એક સૌમ્ય અવાજ છે, જે તમારા હૃદયને સ્પર્શી જાય છે અને કહે છે:

"તમે એકલા નથી."

આ વાર્તાઓ તમને સમજશે, સ્પર્શશે અને યાદ અપાવશે:

તમે સમજવાને લાયક છો. અને બીજાઓ પણ સમજવાને લાયક છે.

📍 ફોલો કરો: Facebook, Instagram-YouTube – Happinezwithin

કોણે કોને સમજવા?

જિંદગી નદીના વહેણની જેમ શાંતિપૂર્ણ રીતે વહે તો કેટલું સારું લાગે, શાંત, શીતળ જળ, બસ પવનની લહેરો સાથે સરળતાથી વહયાજ કરે. નદીનું વહેણ કોઈ જ અવરોધ વિના જે રીતે શાંતિથી વહે છે, એ જ રીતે આપણી જિંદગીના બધા જ વર્ષો શાંતિપૂર્ણ રીતે પસાર થાય એવી આપણી સૌની અપેક્ષા હોય છે કે નહિ? ચોક્કસ અપેક્ષા હોય જ એ સ્વાભાવિક છે. પરંતુ વહેતી નદીના એ બે કિનારા ની વાત કરીએ તો એક વાત ચોક્કસપણે સમજાય કે નદીના આ કિનારા સાથે-સાથે તો ચાલે છે, પણ ક્યારેય મળી નથી શકતા. જિંદગીના અમુક સંબંધો પણ આવા જ હોય છે, બિલકુલ નદીના કિનારા જેવા, જે સાથે-સાથે ચાલી તો શકે છે, પણ મળી નથી શકતા. આવા જ નદીના બે કિનારા આજકાલ ઘરે-ઘરે જોવા મળે છે. ના, આજે હું પતિ-પત્ની કે પ્રેમી-પ્રેમિકા ના સંબંધની વાત નથી કરવાનો, આવા નદીના બે કિનારાઓ છે મા-બાપ અને બાળકો વચ્ચેના સંબંધો.

વિચાર કરતા તમને લાગશે કે આ વાત જનરેશન ગેપ વિશે છે, જે ખૂબ જ સામાન્ય છે. પણ ના, આ વાત જનરેશન ગેપ વિશે નથી. એક વાર વિચારો, જો નદીના બે કિનારા ખરેખર મળે તો શું થાય? નદીનો પ્રવાહ બંધ થઈ જશે, ખરું ને? માતાપિતા તરીકે, એક તરફ આપણે વિચારીએ છીએ કે આપણું અને આપણા બાળકોનું જીવન નદીના પ્રવાહની જેમ સરળતાથી વહેવું જોઈએ, કોઈ મનભેદ કે મતભેદ વગર, પરંતુ બીજી તરફ આપણે ઇચ્છીએ છીએ કે એ કિનારા એક સાથે રહે, ફક્ત

શારીરિક રીતે જ નહીં, પણ બાળકો તેમના માતાપિતાની માનસિકતા અપનાવે, એટલે કે, બાળકો તેમના માતાપિતા જેવું જ વિચારે અને તેમનું પાલન કરે; એક રીતે જોતા અનુકરણ કરે એવું કહી શકાય. મને કહો કે આ કેવી રીતે શક્ય છે?

પલ્લવી અને રાજેશ નદીના એક કિનારે છે અને તેમના બે બાળકો, કર્તવ્ય અને નિષ્ઠા, નદીના બીજે કિનારે છે. કર્તવ્ય અને નિષ્ઠાનો ઉછેર એ જ પ્રેમ અને સ્નેહથી થયો હતો જેમ આપણા બાળકો સામાન્ય રીતે આપણા ઘરમાં ઉછરે છે. કોલેજનું શિક્ષણ પૂરું થવા આવ્યું હોવાથી, લગભગ બધા બાળકો ઉચ્ચ અભ્યાસ માટે વિદેશ જવાનું સ્વપ્ન જુએ છે. તેવી જ રીતે, કર્તવ્ય અને નિષ્ઠા પણ ઈચ્છતા હતા કે તેઓ બંને ઉચ્ચ અભ્યાસ માટે ભારતની બહાર જાય અને પોતાની શ્રેષ્ઠ કારકિર્દી બનાવે. સ્વાભાવિક છે કે જો શક્ય હોય તો, માતાપિતા સામાન્ય રીતે તેમના બાળકોના ઉચ્ચ શિક્ષણ અને લગ્ન ખર્ચ માટે અગાઉથી જ નાણાકીય આયોજન કરતા હોય છે. રાજેશ અને પલ્લવીએ પણ આ પરિસ્થિતિ માટે અગાઉથી આયોજન કર્યું હતું. આ ભારતીય સંસ્કૃતિનો મહિમા છે.

અહીં હું તમને અમેરિકાનો મારો એક અનુભવ રજૂ કરું છું. મારા નિયમિત નિત્યક્રમ મુજબ હું સાંજે ફરવા જતો હતો. દરરોજ ચાલતી વખતે હું 19 થી 20 વર્ષના એક છોકરાને મળતો, જે અમેરિકામાં જન્મેલો અને ઉછરેલો હતો પણ મૂળ ભારતીય હતો, અને તે હાય કહેતો. ધીમે ધીમે અમારી એકબીજા સાથે ઓળખાણ વધવા લાગી. મેં તેને આકસ્મિક રીતે પૂછ્યું, "દીકરા, તમે ક્યાં રહો છો?" તેનો જવાબ સાંભળીને મને આશ્ચર્ય થયું. તેણે ખૂબ જ સ્વાભાવિક રીતે જવાબ આપ્યો, "અંકલ, હું અહીં નજીક મારા મિત્રો સાથે રહું છું." મેં સ્વાભાવિક રીતે જ પૂછ્યું, "શું તમારા માતા-પિતા અમેરિકામાં નથી રહેતા? શું તેઓ ભારતમાં રહે છે?" તેણે સ્મિત સાથે જવાબ આપ્યો, "ના, તે લોકો પણ અમેરિકામાં રહે છે અને મારા ઘરથી માત્ર બે

માઈલ દૂર રહે છે." આ સાંભળીને, હું મારી જિજ્ઞાસા રોકી શક્યો નહીં અને મેં તેને પૂછ્યું, "દીકરા, તમે તેમની સાથે કેમ નથી રહેતા?" અને તે બાળકનો જવાબ સાંભળીને, મારી આંખો પહોળી થઈ ગઈ. તેણે કહ્યું, "અંકલ, ખરેખર, મારા પિતા મારી પાસેથી જે ભાડું માંગે છે તે મને પોસાતું નથી."

મિત્રો, હું તમને જે કહી રહ્યો છું તે એક હકીકત છે. મારો હેતુ અમેરિકાની સંસ્કૃતિની ટીકા કરવાનો કે ટિપ્પણી કરવાનો નથી, પરંતુ ફક્ત એટલું કહેવાનો છે કે ભારતીય સંસ્કૃતિ અને અમેરિકાની સંસ્કૃતિ વચ્ચેનો આ તફાવત છે. અમેરિકામાં, જ્યારે બાળક 16 વર્ષનું થાય છે ત્યારે તેને તેની જવાબદારી પોતે લેવી પડે છે. આપણા દેશમાં, બાળક પોતાનું ઉચ્ચ શિક્ષણ પૂર્ણ ન કરે અને કમાતું ના થાય ત્યાં સુધી, માતાપિતા મોટે ભાગે બાળકોની જવાબદારી લે છે. જ્યારે કેટલાક બાળકો મોટા થાય છે ત્યારે તેઓ ક્યારેક વિચારે છે કે એમાં શું મોટી વાત છે, માતા-પિતા કંઈ ઉપકાર થોડો કરે છે? પરંતુ આ ઉપકાર નથી પણ એક પ્રતિબદ્ધતા છે, જે ભારતીય સંસ્કૃતિ અનુસાર, માતાપિતા પૂર્ણ કરે છે.

હવે તમારી સાથે મુદ્દાની વાત કરું તો, પલ્લવી, રાજેશ, કર્તવ્ય અને નિષ્ઠાએ સાથે મળીને નક્કી કર્યું કે કર્તવ્ય આ વર્ષે ઉચ્ચ અભ્યાસ માટે અમેરિકા જશે અને નિષ્ઠા બે વર્ષ પછી... તીરકામઠા માંથી નીકળેલું તીર અને સમય ક્યાં પસાર થઈ જાય છે એ ખબર પણ નથી પડતી. જોતા જોતા કર્તવ્ય અને નિષ્ઠા બંને અમેરિકા ભણવા માટે પહોંચી ગયા. અને ચાલુ થયો “કોઈ તો સમજો મને” નો સિલસિલો...

કોણે કોને સમજવાના? મા-બાપે બાળકોને? કે બાળકોએ મા-બાપને? “કોઈ તો સમજો મને” આ વિચારનું ઉદ્ભવ સ્થાન અપેક્ષાઓ હતું. નાની નાની અપેક્ષાઓએ ક્યારે મોટું સ્વરૂપ ધારણ કરી લીધું એ સમજ પડે એ પહેલા જ બાળકો જાણે મા-બાપથી દૂર જવા લાગ્યા.

અમેરિકા આવ્યા પછી, કર્તવ્ય અને નિષ્ઠા લગભગ બે-ત્રણ મહિનાં સુધી વોટ્સએપ પર ફોન કરીને કે મેસેજ કરીને લગભગ દરરોજ સંપર્કમાં રહેતા હતા. સ્વાભાવિક રીતે, તેઓ એકલા રહેતા હતા, પરંતુ એકલા હોવા છતાં, બંને છોકરાઓ રાજેશ અને પલ્લવીની અનુભૂતિ જેવું ઇચ્છતા નહોતા. ધીમે ધીમે, બંને છોકરાઓ તેમના ઉચ્ચ અભ્યાસમાં વ્યસ્ત થવા લાગ્યા, અને તે જ સમયે, તેઓએ પાર્ટ-ટાઈમ નોકરીઓ કરવાનું શરૂ કર્યું જેથી તેમના માતાપિતા પર આર્થિક બોજ ન વધે અને બંને બાળકો પોતાના ખર્ચાઓ પૂરા કરી શકે. દિવસમાં એક-બે વાર સંપર્કમાં રહેતા બાળકો હવે આ નિયમ તોડવા લાગ્યા. રાજેશ અને પલ્લવી પણ ફરિયાદ કરવા લાગ્યા, કહેવા લાગ્યા, "દીકરા, તું એટલો વ્યસ્ત થઈ ગયો છે કે તને બે મિનિટ પણ મળતી નથી?"

રાજેશ અને પલ્લવી શરૂઆતમાં શાંતિથી આ કહેતા હતા, પરંતુ પછી એવું લાગતું હતું કે બંને ફરજ અને વફાદારી પર સવાલ ઉઠાવતા હતા. પહેલા, જ્યારે તેઓ ફોન કરતા હતા, ત્યારે વાતચીત પ્રેમથી શરૂ થતી હતી અને પ્રેમથી સમાપ્ત થતી હતી, પરંતુ હવે વાતચીત ટોણાથી શરૂ થાય છે. જ્યારે પણ બાળક ફોન કરે છે, ત્યારે માતા-પિતા સૌથી પહેલા કહે છે, "ઓહ, શું વાત છે? આજે ફોન કરવાનો સમય મળ્યો?" અને માતા-પિતા અને બાળકો વચ્ચેનું અંતર વધતું જાય છે. કોણે કોને સમજવું જોઈએ? માતા-પિતાએ તેમના બાળકોને કે બાળકોએ તેમના માતા-પિતાને? આપણે તરત જ વિચારીએ છીએ કે આમાં શું મોટી વાત છે, બંનેએ એકબીજાને થોડું-થોડું સમજવું જોઈએ, પરંતુ વાસ્તવમાં, આ કરવું એટલું સરળ નથી. માતા-પિતા પોતાનું જીવન એ વિચારોમાં વિતાવે છે કે તેમના બાળકો તેમને સમજી શકતા નથી, માતા-પિતાએ તેમને જે શીખવ્યું છે અને જે રીતના સંસ્કાર આપ્યા છે, એ શીખવવા અને ઉછેર પાછળ માતા-પિતાએ જેટલા બલિદાન આપ્યા છે, એની બાળકોને કિંમત નથી અને બાળકો માતા-પિતાની બિલકુલ પરવા કરતા

નથી. બાળકો શા માટે સમજતા નથી કે માતા-પિતા તરીકે અમને ચિંતા થાય એ માટે અમે અપેક્ષા રાખીએ છીએ કે નિયમિત ફોન કરે. બીજી બાજુ, નાદાન બાળકો એટલા મૂંઝવણમાં છે કે તેઓ સમજી શકતા નથી કે તેમના માતા-પિતાને અચાનક શું થઈ જાય છે? એ લોકો પ્રેમથી વાત કરવાને બદલે કાયમ કેમ કટાક્ષમાં જ વાત કરે છે?

એવું લાગે છે કે માતા-પિતા સમજી શકતા નથી કે તેઓ શું કરી રહ્યા છે. છોકરાઓ તેમના ફોનનો જવાબ આપતા નથી, અને જ્યારે છોકરાઓ સમય કાઢીને ઉષ્માસભર વાત કરવા ફોન કરે છે, ત્યારે તેઓ તેમની સાથે પ્રેમથી વાત કરવાનું ભૂલી જાય છે. માતા-પિતા ભૂલી જાય છે કે નદીનો પ્રવાહ વાળી શકાય છે પણ રોકી શકાતો નથી. નદીની સુંદરતા તેના પ્રવાહમાં રહેલી છે, અને તે સુંદરતા નદીને ત્યારે જ મળે છે જ્યારે તે કોઈપણ અવરોધ વિના વહે છે. માતા-પિતા બાળકોને શારીરિક સ્વતંત્રતા આપે છે અને તેમને બહાર મોકલે છે, પરંતુ માનસિક રીતે બાળકોને અમુકવાર સ્વતંત્રતા મળતી નથી. બાળકો સતત ડર અને ચિંતા સાથે જીવે છે કે જો આપણે તેમને ફોન કે મેસેજ નહીં કરીએ, તો પપ્પા અને મમ્મી આપણાથી ગુસ્સે થશે. પહેલા તેઓ જે લાગણીથી ફોન કરતા હતા તેના બદલે હવે તેઓ ડરથી ફોન કરે છે.

માતાપિતા સમજે છે કે જો આપણે છોકરાઓ પર આ રીતે દબાણ નહીં કરીએ તો તેઓ બે-ત્રણ મહિના સુધી આપણી લાગણીઓ વિશે પૂછશે પણ નહીં. આ રીતે, માતાપિતા પણ સમજી શકતા નથી કે માતાપિતાની લાગણીઓ ક્યારે અહંકારમાં ફેરવાઈ જાય છે, અથવા તેઓ સમજી શકે છે પણ સ્વીકારી શકતા નથી. મારા મતે, અહીં માતાપિતાએ બાળકોને સમજવાની જરૂર છે, દરેક સંબંધમાં થોડી જગ્યા આપવી ખૂબ જ મહત્વપૂર્ણ છે, નહીં તો તમે નદીના પ્રવાહને રોકી દેશો અને પાણી

વહેવાને બદલે એક જ જગ્યાએ રહી જશે, અને સ્થિર પાણીની જેમ સંબંધોમાંથી પણ દુર્ગંધ આવવા લાગશે.

આ કહેતી વખતે, મને થોડા વર્ષો પહેલા બનેલી એક ઘટના યાદ આવી છે, જે હું તમારી સમક્ષ રજૂ કરું છું. 22 કે 23 વર્ષની ઉંમરે, મને પોપટ રાખવાનો શોખ થયો. હું પાંજરા સાથે એક મોંઘો પોપટ લઈ આવ્યો. હું તેને દરરોજ જામફળ અને મરચાં ખવડાવતો હતો અને મને લાગતું હતું કે પોપટ ખૂબ ખુશ છે. હું તેની ખૂબ કાળજી રાખતો, મને લાગતું હતું કે આ પોપટ ખરેખર ખૂબ જ નસીબદાર છે. થોડા મહિના પછી, મેં જોયું કે પોપટ થોડો નિષ્ક્રિય થઈ ગયો હતો. મને ખબર ના પડી કેમ, પણ મને લાગવા લાગ્યું કે તે નિરાશ થઈ ગયો છે. એક દિવસ વહેલી સવારે, મેં તેને મુક્ત કરવાનું નક્કી કર્યું અને પાંજરું ખોલ્યું. મને લાગ્યું કે પોપટ ઉડી ગયો છે અને ક્યારેય પાછો નહીં આવે, પરંતુ બે કે ત્રણ દિવસ પછી મેં સવારે પોપટનો અવાજ સાંભળ્યો. અને તે મારો પાલતુ પોપટ હતો; મેં તેના પગમાં લાલ દોરી બાંધી હતી, તેથી મેં તેને ઓળખી લીધો. મેં તેને એક વાટકીમાં અનાજ, મરચાં અને જામફળ આપ્યા. પોપટે તેને ખૂબ શાંતિ અને આનંદથી ખાધું અને તે પાછો ઉડી ગયો. હું ફરી થોડો નિરાશ થયો. બે-ત્રણ દિવસ પછી પોપટ પાછો આવ્યો, મેં તેને ફરીથી ખવડાવ્યું, હવે તે દરરોજ સવારે આવવા લાગ્યો, તે ખૂબ ખુશ હતો. આ શ્રેણી વર્ષો સુધી ચાલુ રહી. શું તમે સમજો છો કે આનો સાર શું છે? મેં પોપટને બંધનમાંથી મુક્ત કર્યો અને એક મોકળાશ આપી, અને તે દરરોજ મારી પાસે આવવા લાગ્યો. એ જ રીતે, દરેક સંબંધમાં મોકળાશ આપવી ખૂબ જ મહત્વપૂર્ણ છે, તો સંબંધ ચોક્કસ તમારી તરફ પાછા ફરશે જ.

બે-ત્રણ વર્ષ પછી, બંને બાળકો અભ્યાસ કરીને ભારત પાછા ફર્યા. બંને બાળકો અમેરિકામાં સ્થાયી થવા માંગતા હતા. કર્તવ્ય અને નિષ્ઠાને ખાતરી હતી કે તેમના

માતાપિતા ચોક્કસપણે આ માટે તેમને ટેકો આપશે અને તેમને પાછા જવા દેશે. બંને બાળકો તેમના માતાપિતા સાથે આ અંગે ચર્ચા કરવા બેઠા. ચર્ચાના અંતે, સર્વાનુમતે નક્કી થયું કે કર્તવ્ય અને નિષ્ઠા ટૂંક સમયમાં અમેરિકામાં સ્થાયી થશે. ચર્ચાના અંતે પણ બંનેના ચહેરા પર થોડો ડર અને ખચકાટ હતો. રાજેશ તરત જ સમજી ગયો અને તેણે બંને બાળકોને પૂછ્યું, "શું વાત છે? તમારા ચહેરા પર ડર અને ખચકાટ કેમ દેખાય છે?" નિષ્ઠાએ ખૂબ જ નમ્રતાથી જવાબ આપ્યો, "કર્તવ્ય અને હું બંને થોડા નારાજ છીએ. છેલ્લા કેટલાક દિવસોથી જ્યારે અમે ફોન કરીએ છીએ, ત્યારે આપણી વાતચીત ખુશી કરતાં કટાક્ષપૂર્ણ વધુ હોય છે. અમે જાણીએ છીએ કે તમે અને મમ્મી અમારાથી ગુસ્સે છો કારણ કે અમે પહેલાની જેમ દરરોજ ફોન કે મેસેજ કરતા નથી. કારણ જાણ્યા વિના તમે હંમેશા અમારાથી ગુસ્સે થાઓ છો. તમે બંને અમારા વિશે વધુ ચિંતા કરો છો એ કારણે, અમે તમને બધું ઊંડાણપૂર્વક કહી શકતાં નથી કે અમે ત્યાં બધું કેવી રીતે મેનેજ કરીએ છીએ. અમે અમારા ખર્ચની જવાબદારી જાતે લેવા માંગીએ છીએ અને તેથી જ અમે બંને અમારા અભ્યાસની સાથે બે-બે નોકરી પણ કરતાં હતા. અમે પણ થાકી જતાં હતા. આવી સ્થિતિમાં, જ્યારે અમે ફોન કરીએ છીએ, ત્યારે ફક્ત એક જ આશા હોય છે કે અમે બંને સાથે શાંતિથી અને પ્રેમથી વાત કરી શકીએ જેથી અમને સારું લાગે અને અમારો થાક દૂર થાય, પરંતુ વિપરીત થાય છે, તેથી હવે અમે ફોન કરતાં પણ ડરીએ છીએ. ક્યારેક એવું પણ બને છે કે એક-બે અઠવાડિયા સુધી અમને બન્ને ભાઈ-બહેનને એકબીજા સાથે વાતચીત કરવાનો સમય જ નથી મળતો. પપ્પા અને મમ્મી, હું અને ભાઈ તમને બંનેને કહેવા માંગીએ છીએ કે તમારા માટે ચિંતા કરવી સ્વાભાવિક છે, પણ એટલું કહેવું છે કે અમારા બંને પર એટલો વિશ્વાસ રાખજો કે ન કરે નારાયણ, જો અમે કોઈ વાર કોઈ તકલીફમાં હોઈશું તો કશું પણ છુપાવ્યા વિના સૌથી પહેલા તમને બંનેને જાણ કરીશું અને તમારી સાથે વાત કરીશું." આટલું

કહીને નિષ્ઠાની આંખોમાંથી આંસુ વહેવા લાગ્યા. રાજેશ અને પલ્લવીની આંખોમાં પણ આંસુ આવી ગયા. રાજેશ અને પલ્લવીએ ક્યારેય કલ્પના પણ નહોતી કરી કે ફોન કે મેસેજ દ્વારા છોકરાઓને દરરોજ સંપર્કમાં રહેવાનો તેમનો આગ્રહ કાર્તવ્ય અને નિષ્ઠા માટે માનસિક તણાવ પેદા કરી શકે છે.

કર્તવ્યએ ખૂબ જ નમ્રતાથી કહ્યું કે અમે પણ ધ્યાન રાખીશું અને નિયમિતપણે તમારી સાથે સંપર્કમાં રહેવાનો પ્રયાસ કરીશું, પરંતુ જો અમે આમાં ભૂલ કરીએ તો તમે અમારા બંને પર ગુસ્સે નહિ થાઓ અને તમારો જીવ નહિ બાળો . મન ખોલીને થયેલી ચર્ચાના અંતે બધા જાણે બહુ જ હળવા થઈ ગયા... ઘણા સમય બાદ ઘરમાં આજે હળવાશ અને આનંદ ભર્યું વાતાવરણ જોવા મળ્યું. પલ્લવી મનમાં અને જુની યાદોમાં ગરકાવ થઈને વિચાર કરવા લાગી કે એના લગ્ન નહોતા થયા ત્યાં સુધી એ પણ તો આ બાળકો કરતા વધારે લાપરવા રહેતી હતી. શું પોતાના મા-બાપ પ્રત્યેની લાગણી કે પ્રેમ એના ક્યારેય ઓછા થયા છે?

વાચક મિત્રો, આવું ફક્ત બાળકો વિદેશમાં હોય ત્યારે જ થાય તેવું જરૂરી નથી. આપણા ઘરમાં આપણી સાથે રહેતા બાળકો સાથે પણ, આ ચિંતા હંમેશા માતાપિતા અને બાળકો વચ્ચે થતી રહે છે. જ્યારે કોઈ છોકરો કે છોકરી ક્યાંક બહાર જાય છે અને પહોંચતા જ ફોન કે મેસેજ ના આવે ત્યારે પણ આ પરિસ્થિતિ ઊભી થાય છે. માતાપિતા હંમેશા તેમના બાળકોને કહે છે કે જ્યારે તમે માતાપિતા બનશો ત્યારે તમને ખબર પડશે કે ચિંતા કરવાનો ખરેખર શું અર્થ થાય છે. બાળકો પણ મનમાં વિચારે છે અને જાણે તેઓ કહી રહ્યા હોય કે બધું બરાબર છે, પણ કોઈ તો અમને સમજે.

મારા મતે આ પરિસ્થિતિમાંથી બહાર આવવાનો એક જ રસ્તો છે કે માતાપિતાએ તેમના બાળકોને કંઈક એવું ન બને તેના ડરથી ખોટા માનસિક દબાણમાં ન રાખવું

જોઈએ. અને બાળકોએ મિનિટ-દર-મિનિટનો હિસાબ આપવો જોઈએ એવી અપેક્ષા ન રાખવી જોઈએ. અને બાળકોએ પણ સમજવું જોઈએ કે થોડો સમય મેનેજ કરીને, માતાપિતાને ફોન અથવા મેસેજ કરવા માટે બે મિનિટ કાઢવી જોઈએ. માં-બાપને બીજું કંઈ જોઈતું નથી, ફક્ત તેમના બાળકો સુરક્ષિત હોય અને બે મિનિટ માટે તેમનો અવાજ સાંભળીને માતાપિતાના હૃદયને શાંતિ મળે એ સમજવું જોઈએ. જો બંને પક્ષો થોડી સમજણ અને ધીરજ કેળવે, તો ક્યારેય પણ માતાપિતા કે બાળકોને કહેવું નહિ પડે કે, "કોઈ તો સમજો મને." બાળકો હંમેશા ઈચ્છે છે કે માતાપિતા એમનામાં વિશ્વાસ રાખે અને એમને થોડી મોકળાશ આપે.

તો ચાલો આજથી સાથે મળીને કામ કરીએ જેથી માતા-પિતા અને બાળકો વચ્ચેનો સંબંધ નદીના બે કિનારા જેવો ન બને પરંતુ નદીઓના પવિત્ર સંગમ જેવો બને.

કંઈ પણ ચાલશે

આપણી ઓફિસમાં આપણે કોઈ એક પ્રોજેક્ટ પર કામ કરતા હોઈએ, અને એ પ્રોજેક્ટ પૂરો કરવા માટે આપણે આપણા સહકર્મચારી અથવા તો આપણાં સુપરવાઇઝર પાસેથી કોઈ સૂચન જોઈતો હોય. જ્યારે તમે સહકર્મચારી અથવા તો સુપરવાઇઝરને પૂછો કે આ પ્રોજેક્ટમાં આગળ શું કરવું છે? અને જો તમને જવાબમાં એવું સાંભળવા મળે કે "કંઈ પણ કરવું ચાલશે," તો તમે તમારા પ્રોજેક્ટ પર આગળ કેવી રીતે કામ કરી શકશો?

તમે કોઈ હોટેલમાં જમવા જાઓ છો, જમવાનું આપણે મેનુમાં જોઈને ઓર્ડર કરીએ છે, કારણકે આપણે પૈસા ચૂકવીએ છીએ. ક્યારે પણ એવું બન્યું છે કે આપણે વેઈટર ને એવું કહીએ કે "તારે જે લાવવું હોય એ લઈ આવ, મને કઈ પણ ચાલશે"? આપણે એવું નથી કરતાં કારણકે આપણે પૈસા ચૂકવીએ છીએ. "કઈ પણ ચાલશે" ખાસ કરીને આ વાક્ય ઘરઘરના રસોડા માટે વપરાય છે.

આજે જમવામાં શું બનાવવું? દરેક ગૃહિણી માટે આ પ્રાણપ્રશ્ન છે. લગભગ દરેક ઘરમાં રોજ પૂછાતો સવાલ અને આનો જવાબ પણ લગભગ એજ: "કઈ પણ ચાલશે."

કંઈ પણ ચાલશે આ વાક્ય લગ્નજીવનમાં વપરાતી તકિયા કલમ છે. કંઈ પણ ચાલશે આ વાક્ય લગ્નજીવન માટે અમુક વાર ભૂકંપ સર્જે છે. જેમ ફટાકડાની લૂમને દીવાસળી અડાડો અને જે ધૂમધડાકા થાય, એવા જ ધૂમધડાકા જ્યારે ઘરમ પત્ની

કે માં કે પછી બહેન એવું પૂછે કે આજે જમવામાં શું બનાવવું? અને સામે જો જવાબમાં "કંઈ પણ ચાલશે" એવું બોલવામાં આવે, તો વગર દિવાળીએ દિવાળી ઉજવાઈ જાય છે ને?

હા, એક સ્ત્રી માટે આ પરિસ્થિતિ ખૂબજ મૂંઝણભરેલી છે. રોજ સવાર સાંજ જ્યારે ઘરની સ્ત્રીને આ જવાબ મળે છે ત્યારે તેનું મન જોરથી જાણે ચીસો પાડે છે, "યાર તું રોજ શું એકનું એક જ પૂછે છે, તને કહ્યું તો ખરું 'કંઈ પણ ચાલશે', કેમ સમજતી નથી?" સાંજ પડે અને આપણે પત્ની, માં કે બહેનને પૂછીએ કે કેમ તારો આજે મૂડ નથી? તો એ બિચારી પણ શું જવાબ આપે? હવે સ્ત્રી પણ સામે જવાબ આપવાનું બંધ કરી દે છે અને મનમાં વિચારે છે, "મેં તમારી પાસે એક સુઝાવ માગ્યો છે, અને રોજ સવાર સાંજ તમારા બધા પાસેથી એક જ જવાબ મળે છે—'કંઈ પણ ચાલશે', જે જવાબ મને વધારે મૂંઝણમાં નાખે છે." અને ત્યારે એનું મન જાણે જોરજોરથી ચીસો પાડીને કહે છે, "કોઈ તો સમજો મને."

બહુ જ લાપરવાહી અને સહજતાથી ટાળી દેવાની વૃત્તિ સાથે આપેલો આ જવાબ, "કંઈ પણ ચાલશે", એ ઘરની સ્ત્રીના માનસ પર શું અસર કરે છે, એ પર જો વિચાર કરવામાં આવે તો કદાચ અડધાથી પણ ઉપરના ભાગની સ્ત્રીઓની જિંદગી આસાન થઈ જશે.

કેતકી શરૂઆતમાં નવું નવું બનાવીને જમાડતી, સરપ્રાઈઝ આપતી અને તરુણને પણ આ બહુ જ ગમતું. તરુણને મોંઘી બ્રાન્ડેડ વસ્તુઓનો બહુ જ શોખ હતો, કેતકીને હંમેશા એ મોંઘી મોંઘી ગિફ્ટ આપતો, વેલેન્ટાઈન ડે હોય, કે એનિવર્સરી હોય, કે પછી વર્ષગાંઠ, દર વર્ષે કેતકી માટે એક થી એક ચડિયાતી ગિફ્ટ લાવતો. પણ તરુણ એક વાત ચૂકી ગયો - તેણે ક્યારેય વિચાર્યું નહીં કે કેતકીને ખરેખર શું ગમે છે. તેને દરરોજ ખુશ કરવા માટે હું શું કરી શકું? સમય વીતતા બંને પોતપોતાની

કેરિયરમાં વ્યસ્ત થતા ગયા, કેતકી માટે પણ રસોઈ એ એક ચેલેન્જ હતી જે એણે બહુ સારી રીતે ઉપાડી લીધી. દિવસો વીતવા માંડ્યા, અને આ સિલસિલો પણ ધીમે ધીમે બંધ થવા માંડ્યો. નાની મોટી રકજક ચાલુ થઈ, અને એ રકજક એ ક્યારે ઝઘડાનું મોટું સ્વરૂપ લેવા માંડ્યું, એ સમજ જ ના પડી. પાછો વેલેન્ટાઈન ડે આવ્યો, આજે કેતકી બહુ જ ખુશ હતી. કેતકીએ સહજતાથી તરુણને પૂછ્યું, કે આજે આપણે શું કરીશું? આપણો દિવસ કઈ રીતે પસાર કરીશું? એને મનમાં ઉમળકો હતો કે આજે વેલેન્ટાઈન ડે છે, અને રવિવાર પણ છે, તો કંઈક નવીન વાનગી બનાવીને તરુણ અને હું બંને, ઘરે જ કેન્ડલ લાઈટ ડિનર લઈએ. કેતકી એ બહુ જ પ્રેમથી પૂછ્યું, તરુણ આજે જમવામાં શું શું બનાવું? તરુણ એના લેપટોપમાં કોઈ કામમાં મશગુલ હતો, એણે એ જ ઉડાવ જવાબ આપ્યો જેનો ડર હતો, "કઈ પણ ચાલશે." રોજ શું એકનો એક સવાલ પૂછે છે? તું સ્ત્રી છે, અને તને ખ્યાલ હોવો જ જોઈએ કે શું બનાવવું અને શું ન બનાવવું? રસોડું એ સ્ત્રીના જીવનનું એક અવિભાજ્ય અંગ છે. તારી કેરિયરના નિર્ણયમાં તું મને પૂછે છે? કે તરુણ આજે હું શું કામ કરું? ફુગ્ગા માંથી એકદમ જ બધી હવા નીકળી જાય, અને જે ફુગ્ગાના હાલ થાય, એ જ હાલ કેતકીના ચહેરા પર આવી ગયા.

બધું જ જોશ અને ઉમળકો જાણે એકાએક જ હવાની જેમ નીકળી ગયો. કેતકી એ બહુ જ નમ્રતાથી કહ્યું, કે મારી કેરિયર એ મારી પોતાની ઓળખાણ છે, અને એના માટે મેં તનતોડ મહેનત કરી છે. મારી કેરિયર એ મારું સપનું છે. મેં ક્યારેય મારી કેરિયરને લીધે ઘરની જવાબદારીઓ ને અવગણી નથી. મારા માટે મારી કેરિયર અને ઘરની જવાબદારી બંને સરખું જ મહત્વ ધરાવે છે. તરુણ એ આ સાંભળીને લેપટોપ જોરથી બંધ કરી ને ઉગ્રતાથી એ જ કટાક્ષથી કહ્યું, જે સામાન્ય રીતે દરેક ઘરમાં પુરુષો દ્વારા કહેવામાં આવતો હોય છે, કે તું દુનિયાની એકમાત્ર સ્ત્રી નથી જે આ કરી રહી છે, કરોડો સ્ત્રીઓ આવું જ કરે છે. ઘર અને કેરિયરનું ધ્યાન રાખી ને

તું કોઈ ઉપકાર નથી કરતી, તારી કેરિયર ની જેમ જ કાશ રસોડું પણ તારું સપનું હોત. કેતકી એ તો હવે સામે કહેવાનું પણ બંધ કરી દીધું હતું કે કાશ મને કોઈ સમજી શક્યું હોત, કે કેરિયર એ મારું સપનું છે, અને રસોડું એ મારી જવાબદારી, છતાં પણ ક્યારેય મેં મારી જવાબદારીને અવગણી નથી.

જરૂરી નથી કે દરેક સ્ત્રી માટે ગૃહિણી થઈને રહેવું એ જ એની જિંદગીનો ઉદ્દેશ હોય, અને બસ વેલેન્ટાઈન ડે ઉજવાઈ ગયો. ખુશી, પ્રેમ અને લાગણીથી, સાથે બેસીને જમવાનો પ્લાન, એક પ્રશ્ન પૂછ્યો એમાં જાણે ફ્લોપ થઈ ગયો. હું આવું છું હમણાં કહીને તરુણ ગુસ્સામાં બારણું પછાડીને ઘરની બહાર નીકળી ગયો, અને કેતકી દુઃખી મન સાથે વિચારોમાં ગરકાવ થઈ ગઈ. એક પ્રેમથી પૂછેલો પ્રશ્ન આવું વિકરાળનું સ્વરૂપ ધારણ કરશે એવું ક્યારેય વિચાર્યું ન હતું.કેતકીના મનમાં વારંવાર એક જ સવાલ ઘૂમ્યાકરતો હતો, કે કેમ તરુણ મને સમજતો નથી? એટલામાં કેતકીની ખાસ મિત્ર પ્રીતિનો ફોન આવ્યો, અને કેતકીએ બધી મનની વાતો પ્રીતિને કહી દીધી. કેતકી ને આશા હતી કે પ્રીતિ કંઈ સાંત્વના આપશે, પરંતુ પ્રીતિ એ પણ એ જ વાત કરી, "એમાં શું છે?

કઈ પણ બનાવી દેવું તુંને. કેતકી એ ફોન મૂકી દીધો, અને મનમાં પોતાની સાથે વાતો કરવા લાગી કે, સવાલ એ નથી કે વાનગી શું બનાવું? પરંતુ મારી ઈચ્છા એ છે કે, તરુણ મને સાથ આપે, એ મારામાં રસ લે, અને મને કોઈ સુજાવ આપે, જેથી એની પસંદનું હું કંઈ બનાવી શકું. હું કઈ રીતે સમજાવું કે હું ઈચ્છું છું કે તરુણ અને હું હંમેશા સાથે મળીને નક્કી કરીએ જેના કારણે એના માટે મનગમતી રસોઈ પણ બને, અને મને એ આનંદ મળે કે, તરુણ નાનામાં નાની વાતમાં મારી સાથે છે, પરંતુ એના બદલે મારી આવડત પર પ્રશ્નો મૂકવામાં આવે છે? કેતકી જાણે ચીસો પાડી પાડીને કહેવા માંગતી હતી, "કોઈ તો સમજો મને."

વાચક મિત્રો, આ વાત બહુ જ સામાન્ય લાગે છે કે આ તો ઘર ઘરનો પ્રશ્ન છે. પરંતુ આપણે ક્યારેય વિચાર્યું છે કે રસોઈ બનાવનારની મનોદશા શું હોય છે? તેને પ્રોત્સાહનની જરૂર હોય છે, તેને સાથની જરૂર હોય છે, કંઈ પણ ચાલશે, વાક્ય પ્રોત્સાહન તો દૂરની વાત છે, પરંતુ રોજબરોજની મૂંઝવણ વધારે છે. આ તો એવું થયું કે, ચાર રસ્તે તમે અટવાયા છો, કે મારે નક્કી કરેલા મુકામે પહોંચવા માટે કયો રસ્તો લેવો? તમે ટ્રાફિક પોલીસને પૂછો છો કે, ફલાણું સરનામું છે તો કયા રસ્તે જવું? અને પોલીસ તમને કહે છે, કોઈ પણ રસ્તે જાઓ, પણ મને ના પૂછો. વિચારો કેવી હાલત થશે તમારી? સ્ત્રીની આવી જ હાલત રોજ સવાર સાંજ થતી હોય છે.તરુણ ક્યાં ગયો હશે? ગુસ્સામાં આડુ અવળું તો ડ્રાઈવ નહીં કરે ને? એ ચિંતા કરતી કેતકી વિચારતી હતી અને પલંગમાં સુતા સુતા ડૂસકાં ભરતી હતી. એવામાં તરુણ ઘરે પાછો આવ્યો, એણે કેતકીને પલંગમાં સુતા સુતા ડૂસકાં ભરતી જોઈ. કેતકીનું રડવાનું ચાલુ જ હતું, અને એવામાં તરુણની નજર ઓશીકા નીચે મુકેલા એક કવર પર પડી.

તરુણ એ આશ્ચર્ય સાથે એ કવર ખોલીને જોયું, અને એની હાલત, કાપો તો લોહી નીકળે એવી થઈ ગઈ. કવરમાં કેતકીનો મેડિકલ રિપોર્ટ હતો અને કોંગ્રેચ્યુલેશન્સનું (ટુ બિ ફાધર) માટેનું ગ્રીટિંગ કાર્ડ હતું. તરુણની આંખોમાં હર્ષ સાથે દુઃખના આંસુ પડવા લાગ્યા, એક બાજુ બાપ બનવાની અનહદ ખુશીની સમાચાર અને બીજી બાજુ કેતકીને આજના દિવસે રડાવ્યાનો અફસોસ. કેતકી આજે સાંજે વેલેન્ટાઈન કેન્ડલ લાઇટ ડિનરમાં જમતા જમતા, આજ ખુશી ભરેલી સરપ્રાઈઝ આપવા માંગતી હતી.

બે દિવસ પછી કેતકીની વર્ષગાંઠ આવવાની હતી, ત્યાં સુધી કેતકી અને તરુણની વચ્ચે નદીના બે કિનારા જેવું વર્તન રહ્યું. જેમ નદીના બે કિનારા સાથે સાથે હોય, પણ મળી ન શકે બસ કંઈ એવું જ.

વર્ષગાંઠનો દિવસ આવી ગયો. વહેલા પરોઢિયે સુરજ પણ જાણે આજે રવિવારની મજા લેવા માટે વાદળરૂપી ઓઢણી માંથી બહાર આવવા નહોતો માંગતો. નાનું બાળક રિસાઈને સૂઈ ગયું હોય એમ કેતકી મોઢા પર હાથ રાખીને સુઈ ગઈ હતી. તરુણએ ધીમેથી, કેતકી ઉઠી ના જાય તે રીતે, એના ઓશિકા પાસે ગિફ્ટનું એક કવર મૂક્યું. ખૂબ જ સુંદર શણગારીને કવર બનાવ્યું હતું, અને ઉપર લખેલું હતું, "આઈ એમ સોરી." થોડા સમય બાદ કેતકી ઉઠી, અને સૌથી પહેલી નજર એની પેલા કવર પર પડી. "આજે મારી વર્ષગાંઠ પર આઈ એમ સોરી - ફ્રોમ તરુણ" લખેલું કવર જોઈને કેતકી જાણે પીગળી ગઈ. ઓઢવાનું બાજુ પર ફેંકીને બૂમો પાડતી, તરુણને શોધતી, આખા ઘરમાં દોડવા લાગી. એને તરુણને બૂમ પાડીને બોલાવ્યો, પણ તરુણ ન આવ્યો. અચાનક કેતકી ની નજર રસોડામાં પડી. આ શું? બહુ જ આશ્ચર્ય સાથે કેતકી તરુણ સામે જોવા લાગી. જિંદગીમાં પહેલીવાર તરુણને એણે રસોડામાં કંઈક કરતો જોયો. આશ્ચર્ય સાથે તરુણને કેતકીએ પૂછ્યું, "તરુણ, તમે અહીં શું કરો છો?" માથું ખંજવાળતા તરુણે સામે જવાબ આપ્યો, "કેતકી, હું ખૂબ જ મુંઝાવું છું. યુટ્યુબ પર વીડિયો જોઈને કંઈક તારા માટે બનાવવું એવું વિચારતો હતો." તો કહેને કેતકીએ પૂછ્યું, "શું બનાવું?" કેતકીએ જાણે સાંભળ્યું ન હોય તેવા નખરા કરતા જવાબ આપ્યો, "કઈ પણ ચાલશે." અને બંને ખડખડાટ હસ્યા. તરુણે કેતકીને વહાલ કરીને જન્મદિવસની શુભેચ્છા પાઠવી. કેતકીને અચાનક જ હાથમાં પકડી રાખેલું કવર યાદ આવ્યું. કવર ખોલ્યું તો તેમાં એક કાગળ હતો. કવર જેમતેમ ફાડીને, ફટાફટ કેતકીએ કાગળ બહાર કાઢ્યો અને કાગળ વાંચતાં વાંચતાં જ કેતકીની આંખમાંથી દડ.. દડ.. દડ.. આંસુ પડવા લાગ્યા.

કાગળમાં આખા અઠવાડિયાનું ટાઈમ ટેબલ બનાવેલું હતું, જેમાં કયા દિવસે રસોઈમાં સવાર-સાંજ કઈ વસ્તુ બનાવવી એનું લિસ્ટ હતું. એટલું જ નહીં, પરંતુ જે તે વાનગી બનાવવા માટેની સાધન-સામગ્રી લાવવાની જવાબદારી તરુણની રહેશે એ પણ તેમાં લખ્યું હતું. કેતકીને સૌથી વધારે ખુશી એ વાંચીને થઈ કે જેને તેણે સપનામાં પણ વિચાર્યું ન હતું કે રવિવાર સવારની રસોઈ તરુણ અને કેતકી સાથે મળીને બનાવશે. એ વાંચતાં સાથે જ કેતકી ખુશીની મારી તરુણને ભેટી પડી.

પ્રેક્ષા –આખરે કોઈ સમજ્યું મને

(એક યુવાન, સુંદર અને ઉત્સાહી પરિણીત સ્ત્રીની સાચી ખુશી શોધવાની સફર)

પ્રેક્ષા - એક યુવાન, સુંદર અને ઉત્સાહી છોકરી. તેની આંખો સપનાઓથી ચમકતી હતી અને તેનું હૃદય આનંદથી ધબકતું હતું. તેનો જન્મ ૧૯૯૫માં ગુજરાતના એક નાના પણ સાંસ્કૃતિક રીતે સમૃદ્ધ શહેરમાં થયો હતો. તે બાળપણથી જ ખુશખુશાલ અને તોફાની હતી, તેને મિત્રો સાથે બહાર ફરવા જવાનું, શોપિંગ મોલ અને કાફેમાં કલાકો સુધી ગપસપ કરવાનું અને નવીનતમ બોલીવુડ ફિલ્મો જોવાનું ખૂબ ગમતું. તેના મિત્રો સાથે અચાનક યોજનાઓ બનાવવી, બગીચામાં કે ખાવા માટે કોઈ જગ્યાએ જવું અને મોજમસ્તીમાં સમય વિતાવવો એ તેનો શોખ હતો. તે ફક્ત જીવતી નહોતી, તેણે જીવનનો સંપૂર્ણ આનંદ માણ્યો. તે પોતાના રંગોમાં રંગાયેલી હતી અને બીજાઓને પણ પોતાના રંગોમાં રંગતી હતી.પ્રેક્ષા હંમેશા સ્વતંત્ર જીવનનું સ્વપ્ન જોતી હતી. તે એવી જિંદગી ઇચ્છતી હતી જ્યાં તે પોતાની પસંદગીઓ અનુસાર જીવી શકે, વ્યાવસાયિક કારકિર્દી બનાવી શકે, અને એક એવો જીવનસાથી હોય કે જે તેનામાં રસ લે, જે તેની સંભાળ રાખે, જે તેના પતિને બદલે તેનો મિત્ર હોય. પરંતુ બાવીસ વર્ષની ઉંમરે, તેના માતાપિતાએ તેની ઇચ્છા વિરુધ્ધ તેના લગ્ન પિયુષ સાથે ગોઠવી દીધા. પિયુષ, જે સત્તાવીસ વર્ષનો હતો, એક સુખી અને સંસ્કારી પરિવારમાંથી આવતો હતો. પ્રેક્ષા સમજી શકે કે તે પિયુષને ઓળખી

શકે છે તે પહેલાં, તેણે તેના પરિવારના દબાણ હેઠળ લગ્ન સ્વીકારી લીધા.લગ્નના દિવસે પણ, જ્યારે તે લગ્નમંડપમાં પગ મૂકતી હતી, ત્યારે તેના હૃદયમાં એક અજીબ ખાલીપો હતો. એક અજાણ્યો ડર - શું મારો જીવનસાથી મને સમજી શકશે?લગ્ન પછી, પ્રેક્ષાનું જીવન એક રૂટિન બની ગયું. પાંચ વર્ષ તો સાસરીમાં પોતાની જાત સાથે એડજસ્ટ કરવામાં જ પસાર થઈ ગયા.

પિયુષ એક સારો માણસ, જવાબદાર પતિ અને પરિવારના સભ્યો માટે શ્રેષ્ઠ હતો. પરંતુ તે ક્યારેય પ્રેક્ષાના હૃદયને સમજી શક્યો નહીં. તેના માટે, લગ્ન ફક્ત એક સામાજિક જવાબદારી હતી, પ્રેમ નહીં. ઉંમરમાં મોટો હોવાને કારણે, પિયુષ હંમેશા એક વડીલની જેમ વર્તન કરતો હતો. એ ભૂલી જતો કે પ્રેક્ષા એની પત્ની જ નહીં પરંતુ એની મિત્ર પણ છે. પ્રેક્ષા જે પણ કંઈ કહેતી તેને તે બડબડાટ કે બકવાસમાં ખપાવી દેતો. તે પોતાના કામમાં વ્યસ્ત હતો, તેના માટે પ્રેક્ષા એ એક એવી વ્યક્તિ હતી જેણે તેના માતાપિતા અને સંબંધીઓની સંભાળ રાખવા માટે તેની સાથે લગ્ન કર્યા હતા. શરૂઆતમાં, તેણે બાળકના ઉછેરમાં થોડો રસ લીધો, પરંતુ આ બધામાં, તે ભૂલી રહ્યો હતો કે પ્રેક્ષાની પણ કેટલીક વ્યક્તિગત ઇચ્છાઓ હતી. પ્રેક્ષાને પણ તેની પસંદ અને નાપસંદ હોઈ શકે છે.અને આ પાંચ વર્ષમાં, તે બે બાળકોની માતા પણ બની ગઈ. તેને માતૃત્વનો આનંદ મળ્યો, ક્યારેક તેણે બાળકોને ઉછેરવામાં કંઈ કાચું રાખ્યું નહતું. પરંતુ આ રોજબરોજની દિનચર્યા ક્યાંય પણ તેના પ્રેમ અને સંવાદિતાના અભાવને ભરી શકતી ન હતી. ક્યારેક તેને લાગતું હતું કે આ સંબંધ ફક્ત ફરજ અને સતત રાત-દિવસના ઘરકામ સુધી જ મર્યાદિત છે. એનું લગ્ન જીવન સવારે પરિવારને અને રાત્રે પતિને સંતોષ આપવાનું સમયપત્રક બની ગયું હતું. તેણે બાળકોને સારા સંસ્કાર આપ્યા, પરિવારમાં દરેક સભ્યોના દિલ જીતી લીધા, પણ પ્રેક્ષાના પોતાના દિલનું શું? કોઈએ તેના વિશે વિચાર્યું ન હતું.

જ્યારે તે 33 વર્ષની થઈ, ત્યારે તે ફક્ત જીવી રહી હતી, પણ જીવતી નહોતી.

એક દિવસ, જ્યારે તે પાડોશીના ફોનમાં ફેસબૂક જોઈ રહી હતી, ત્યારે તેને એક નવી દુનિયા જોવા મળી. એ વિશ્વ, જ્યાં લોકો પોતાના વિચારો શેર કરતા, ફોટા મૂક્તા અને જૂના મિત્રો સાથે ફરી જોડાતા — પ્રેક્ષા માટે આ બધું જાદુઈ હતું! પ્રેક્ષાએ ફેસબૂક પર એકાઉન્ટ બનાવ્યું, ઈન્સ્ટાગ્રામ પર સક્રિય થઈ અને વોટ્સએપ તેનો જીવનસાથી બની ગયો. થોડા દિવસોમાં, તે સ્કૂલના મિત્રો, કોલેજના ક્રશ અને અજાણ્યાઓ સાથે પણ ચેટ કરવા લાગી. પિયુષ તરફથી તેને ક્યારેય ન મળેલું ધ્યાન અને પ્રશંસા હવે તે આ વર્ચ્યુઅલ દુનિયામાં મેળવવા લાગી. તે નવા બ્રાન્ડેડ કપડાં, વસ્તુઓ, ગ્લેમર અને પ્રશંસાની દુનિયામાં ડૂબી ગઈ. જાતે ઘરમાં તૈયાર થવું, રીલ્સ બનાવીને શેર કરવી, સ્ત્રી મિત્રો સાથે ગ્રુપમાં રીલ્સ બનાવીને પોસ્ટ કરવી — તે અતિ સુંદર દેખાતી હતી, અને હવે તે વર્ચ્યુઅલ દુનિયામાં તે જાણે એક સેલિબ્રિટી બની ગઈ.

એકલતાના આ નશા અને પિયુષ તરફથી ન મળેલી માનસિક હૂંફને ભૂલી જવા માટે, તે ઘણા લોકો સાથે વાતો કરતી રહી. કેટલાકે તેને પ્રેમના ખોટા વચનો આપ્યા, જ્યારે કેટલાક ફક્ત શારીરિક આકર્ષણથી તેની નજીક આવ્યા. અને અંતે, બધાએ તેને ફક્ત એક સુંદર અને જરૂરિયાતમંદ સ્ત્રી માનીને તેની લાગણીઓને કચડી નાખી. તેના મૂળ સ્વભાવ મુજબ, તે બધાને સંતોષવામાં અને બધા માટે સારું વિચારવામાં ફસાઈ ગઈ. બધા તેના દેખાવ અને ગ્લેમરની પ્રશંસા કરતા હતા, પરંતુ અંતે, તેઓ ફક્ત તેની પાસે શારીરિક માંગણીઓ કરતા હતા.આ બધામાં, તે એક યુવાનના સંપર્કમાં આવી જે તેના કરતા નાનો હતો. મજબૂત શરીર, ગોરો રંગ અને મોટી આંખોવાળો એક યુવાન — પ્રેક્ષા જે જિમમાં જતી હતી, તેજ જિમમાં એ યુવાન આવતો હતો. બંને વચ્ચે મિત્રતા બંધાઈ ગઈ. જાણે તેઓ સુખ અને દુઃખમાં સાથી

બની ગયા, પરંતુ વિધાતાને આ પણ મંજૂર નહોતું. પછી ભલે તે તેની ઉંમરના તફાવતના કારણે હોય કે તેનું શારીરિક આકર્ષણ ઓછું થઈ ગયું હોય, તે યુવાન છોકરો પ્રેક્ષાની લાગણીઓ સાથે રમત રમતો ગયો. છોકરો તેની ઉંમરની બીજી છોકરી સાથે પ્રેમમાં પડી ગયો અને પ્રેક્ષાને ન મળવાના બહાના બનાવવા લાગ્યો. તેણે તેના ફોનના જવાબ આપવાનું બંધ કરી દીધું. જ્યારે પ્રેક્ષાએ તેને દબાણ કરવાનો પ્રયાસ કર્યો, ત્યારે તેણે તેના નગ્ન ફોટા સોશિયલ મીડિયા પર પોસ્ટ કરવાની ધમકી આપી, કારણ કે તે પ્રેક્ષાથી કંટાળી ગયો હતો.પ્રેક્ષાને આખરે સમજાયું કે બધા તેનો ઉપયોગ કરી રહ્યા છે. તેના મિત્રો પણ પ્રેક્ષાનો ભાવનાત્મક ઉપયોગ કરી રહ્યા હતા.

પ્રેક્ષા તૂટી ગઈ. તેને હવે સમજાયું કે એ ખોટી જગ્યાએ પ્રેમ શોધી રહી હતી.

કલાકો સુધી સોશિયલ મીડિયા પર રહેવું, ફોન પર ચેટ કરવી અને લોકોના ઈમોશન્સ સાચવવા એ તેનો રોજિંદો નિત્યક્રમ બની ગયો હતો. પ્રેક્ષાએ એકવાર પોતાના ભૂતકાળ પર નજર નાખી. તેણે શું ગુમાવ્યું હતું અને શું મેળવ્યું હતું? તેને એ બધું યાદ આવ્યું. તે સમજી ગઈ કે સ્ત્રી માટે સૌથી મોટો સંબંધ કોઈ બહારના વ્યક્તિ સાથે નહીં, પણ પોતાની જાત સાથેનો છે.

તેણે એક નવો નિર્ણય લીધો - હવે તે પસ્તાવાને બદલે પોતાની જિંદગીમાં સુધાર લાવશે. હવે તે ફરીથી હસશે, જીવશે અને આનંદમય જિંદગી જીવવાનો એક નવો પ્રયાસ કરશે. આ કરવું અઘરું હતું પણ અશક્ય નહોતું. તેણે એ નૃત્ય વર્ગમાં જોડાવાનું નક્કી કર્યું, જે તેનું બાળપણનું ગૌરવ હતું અને જુવાનીનું સપનું, પરંતુ લગ્ન પછી તે ભૂલી ગઈ હતી.

હવે તેના બાળકો તેની સંપૂર્ણ દુનિયા બની ગયા હતા. તે તેમના શાળાના કાર્યક્રમોમાં ભાગ લેવા લાગી, તેમની સાથે સમય વિતાવવા લાગી. ઘરનું

વાતાવરણ બદલાઈ ગયું. હવે પ્રેક્ષાને કોઈ બહારના વ્યક્તિની સંગત કે લાગણીઓની જરૂર નહોતી. તેને તે દુનિયા પાછી મળી ગઈ જે તેણે વિચારી હતી. તે પોતાના માટે, પોતાના સુખ અને શાંતિ માટે જીવવા લાગી.

આ પરિવર્તન જોઈને પિયુષ પણ આશ્ચર્ય ચકિત થઈ ગયો. એક દિવસ, જ્યારે પ્રેક્ષા નૃત્ય સ્પર્ધા પછી સ્ટેજ પરથી નીચે આવી, ત્યારે પિયુષ અને તેના બાળકો તાળીઓ પાડી રહ્યા હતા. તે દ્રશ્ય જોઈને તેની આંખોમાં ખુશીના આંસુ આવી ગયા.

પિયુષ તેની બાજુમાં આવ્યો અને હળવા સ્મિત સાથે કહ્યું: "પ્રેક્ષા, તું ફક્ત મારી પત્ની જ નહીં, પણ તું મારા જીવનની સૌથી સુંદર હકીકત છે. તું પાછી આવી... મને મારા બાળકોની હસતી અને રમતી મમ્મી પાછી મળી."

પિયુષને એ પણ સમજાયું કે પ્રેક્ષા જે કંઈ કરતી હતી તેના માટે તે પણ દોષી હતો. બાળકો અને તેના પરિવારની સંભાળ રાખતા-રાખતા પ્રેક્ષાએ પિયુષ માટે બધું જ કર્યું હતું. પિયુષે સ્વીકાર્યું કે તેણે ક્યારેય પ્રેક્ષાની નજરે દુનિયામાં જીવવાનો પ્રયાસ કર્યો નથી, તેની પાસે હંમેશા બહાનાં હતા.

પ્રેક્ષા કંઈ બોલી નહીં, ફક્ત પિયુષની આંખોમાં જોઈ રહી. આજે પહેલી વાર તેણે આ સંબંધમાં એક નવા મીઠા લાગણીસભર સ્પંદનોને અનુભવ્યા. કદાચ રોમેન્ટિક પ્રેમ જેટલો આકર્ષક નહીં હોય, પણ એક વાક્યમાં છુપાયેલો અર્થ તેના માટે અમૂલ્ય હતો. પ્રેક્ષાએ પહેલીવાર અનુભવ્યું કે પિયુષ એની લાગણીઓને સમજવાનો પ્રયત્ન કરી રહ્યો છે. તેના બાળકોએ તેને ગળે લગાવી અને પૂછ્યું, "મમ્મી, હવે તું હંમેશા આવી જ ખુશ રહીશ, ખરું ને?"

પ્રેક્ષાએ જવાબ આપ્યો, "હા, મારા બાળકો, હંમેશા!"

પ્રેક્ષાને પોતાની સાથે હસતી જોઈને, પિયુષે મનમાં નક્કી કર્યું કે તે તેને ફરી ક્યારેય એકલી નહીં રહેવા દે. તેણે નક્કી કરી લીધું હતું કે પ્રેક્ષા તેની પત્ની તરીકે ફક્ત ઘરની સંભાળ રાખનાર નથી, પરંતુ એક સાથીદાર, એક હમસફર છે, અને હવે તે તેને એક સાચા જીવનસાથી તરીકે ખુશ રાખશે.

ત્રણ વર્ષ પછી, પ્રેક્ષાએ એક ઓનલાઈન ડાન્સ એકેડેમી ખોલી, તેને તેની નવી ઓળખ મળી ગઈ. પિયુષે પ્રેક્ષાને ઓનલાઇન એકેડેમી શરૂ કરવામાં તકનીકી મદદ કરી. અને દરરોજ રાત્રે તે પ્રેક્ષા સાથે બેસતો અને તેના ડાન્સ ક્લાસમાં શું થાય છે તેમાં રસ લેવા લાગ્યો. કદાચ પ્રેક્ષાને આ જ જરૂર હતી—તેનું ધ્યાન, સંભાળ અને મિત્રતા.

આ બધું કર્યા પછી પિયુષને પણ ખૂબ સારું લાગવા લાગ્યું. તે ખૂબ જ ખુશ રહેવા લાગ્યો અને જેના કારણે તેના કામ પર અસર પડી. તે વર્ષે, પિયુષને વર્ષનો શ્રેષ્ઠ કર્મચારીનો એવોર્ડ મળ્યો.

આજથી પ્રેક્ષાનું જીવન નવેસરથી શરૂ થયું છે...

મિત્રો, તે જાગી ત્યારથી તેની સવાર થઈ. એક નવી શરૂઆત. જે વીતી ગયું છે તેને સ્વપ્ન માનીને, સફળ જીવનની સાચી ચાવી શોધવી જ રહી, જે પ્રેક્ષાએ શોધી કાઢી છે. હવે આપણો વારો છે.

નવદંપતી – સંઘર્ષો પર કાબુ

પ્રણવ અને પંક્તિએ સાથે મળીને એક પરિપૂર્ણ જીવનનું સ્વપ્ન જોયું હતું. તેમણે તેમના લગ્ન પછી એક સુખી, શાંતિપૂર્ણ અને રોમેન્ટિક જીવનની કલ્પના કરી હતી. તેમના હનીમૂનની યાદો હજુ પણ તાજી હતી - દરિયા કિનારે વિતાવેલી યાદગાર ક્ષણો અને તારાઓની હાજરીમાં ખુલ્લા આકાશ નીચે આનંદદાયક વાતચીત.

તેમના લગ્નના શરૂઆતના દિવસોમાં, તેમનું ઘર હાસ્ય અને પ્રેમથી ભરેલું હતું. સોફ્ટવેર એન્જિનિયર પ્રણવ મોટાભાગનો સમય ઘરેથી કામ કરતો હતો, જ્યારે લેખક પંક્તિને વાર્તાઓ લખવાનો શોખ હતો. તેઓ સાથે રસોઈ બનાવતા, ફિલ્મો જોતા અને રાત્રે લાંબી, ઉત્સાહપૂર્ણ વાતચીત કરતા. રવિવારની સવાર પેનકેક ખાતા, ક્યારેક લાઉડ મ્યુઝિકની વચ્ચે ડાન્સ કરતા, અને રવિવારની સાંજ મોટાભાગે કેન્ડલ લાઈટ ડિનર પર તેમના સપનાઓની ચર્ચા કરવામાં પસાર થતી.તેઓ એકબીજાને નાની નાની નોટ્સ લખીને આશ્ચર્યચકિત કરતા, રજાના દિવસે અચાનક બગીચામાં પિકનિકનું આયોજન કરતા અને લિવિંગ રૂમમાં દંપતી તરીકે ધીમે ધીમે કપલ ડાન્સ કરતા. તેમનો આનંદ શુદ્ધ, સહજ અને આશાથી ભરેલો હતો. મિત્રો તેમના સંબંધની પ્રશંસા કરતા, તેમને "પરફેક્ટ કપલ" કહેતા. એવું લાગતું હતું કે હવે કંઈ પણ તેમને એકબીજાથી અલગ કરી શકશે નહીં.પરંતુ ધીરે ધીરે એક નવી ટેવ તેમના એકાંતમાં ખલેલ પહોંચાડવા લાગી – મોબાઈલ

ફોનનો અતિપ્રયોગ. એક સમય જે ડિનર દરમિયાન વાતચીત અને હાસ્યથી ભરેલો હતો, હવે તે લાંબા મૌન અને સ્ક્રોલિંગથી ઓછો થવા લાગ્યો.

તેમના સુતા પહેલાના, ફક્ત એકબીજા સાથે ગાળવાના સમયની વાતો હવે સ્ક્રીનટાઇમમાં બદલાઈ ગઈ. અરસપરસ પ્રેમભરી વાતોની આપલેની જગ્યા એ હવે ટેક્સ્ટ મેસેજની આપલે વધવા લાગી. હાથ પકડવાને બદલે હવે મોબાઈલ ફોન પકડાતા. તેઓ એકજ રૂમમાં હતા પણ જાણે જોજનો દૂર. મોબાઇલ સ્ક્રીન ધીરે ધીરે એક દિવાલ બની ગઈ. પંક્તિએ મહેસૂસ કરવા માંડ્યું કે પ્રણવના મોબાઈલ પર સતત આવતા નોટિફિકેશન અને ગેમ્સ તેની વાત કરતાં વધુ મહત્વના બની ગયા છે. બીજી બાજુ, પ્રણવએ એવું અનુભવ્યું કે પંક્તિ તેના પ્રશ્નોના જવાબ આપવાને બદલે સોશિયલ મીડિયાના કોમેન્ટ્સમાં વ્યસ્ત રહેતી હતી. જે સંબંધમાં ઉષ્મા હતી, રોમાંચ હતો અને પરસ્પર પ્રેમ હતો, એ સંબંધ હવે શુષ્ક બનવા લાગ્યો. નાના માં નાની વાતોમાં આનંદ લેનાર બંને વ્યક્તિઓ વચ્ચે જાણે એક દિવાલ ઉભી થઈ ગઈ. એ દિવાલ હતી મૌનની. જે વાતો આનંદ આપતી હતી, એ વાતો નજરઅંદાજ થવા લાગી. સાંજનું ડિનર હવે જાણે એક ટેબલ પર બેસીને માત્ર ભૂખ સંતોષવાનું સ્થાન બની ગયું. – નાની બાબતો જે પહેલાં મહત્વની હતી, હવે સામાન્ય બની ગઈ. સુખ જાણે ધીમા પગલે શાંતિથી બહાર નીકળી ગયું, તેનું સ્થાન મૌન અપેક્ષાઓ અને અવ્યક્તિત સંવેદનાઓએ લઈ લીધું. ગેરસમજો ધારેલા અનુમાનોથી ઉદ્ભવી અને તે અનુમાનો લાગણીગત અંતરોમાં ફેરવાઈ ગયા.

એક દિવસ, પ્રિયંકા નામની એક સ્ત્રી પ્રણવના જીવનમાં પ્રવેશી. તે તેના ઓફિસમાં નવા પ્રોજેક્ટનું સંચાલન કરતી હતી. પ્રિયંકા સમજદારીથી ભરેલી હતી અને હંમેશા પ્રણવના કામની પ્રશંસા કરતી. પ્રણવને લાગવા લાગ્યું કે પ્રિયંકા તેને પંક્તિ કરતાં

વધુ સમજે છે, પ્રણવની આ વિચારસરણીથી પંક્તિ અને તેના વચ્ચે લાગણીગત અંતર વધતું ગયું.

એક સાંજે પંક્તિએ પૂછ્યું, "પ્રણવ, શું તને લાગતું નથી કે આપણે બદલાઈ ગયા છીએ?"

પ્રણવે ઉપર જોઈને જવાબ આપ્યો, "શું બદલાયું છે?"

"આપણે પહેલાની જેમ હસી નથી શકતા, વાતો નથી કરતા, કે ગુણવત્તાવાળો સમય નથી વિતાવતાં."

પ્રણવે વાત ટાળતાં કહ્યું, "પંક્તિ, કામનો ભાર અતિશય છે, અને તું હંમેશા તારા લેખનમાં વ્યસ્ત રહે છે. કદાચ આ ફક્ત જીવનનો એક તબક્કો છે."

પરંતુ પંક્તિને આ જવાબથી સંતોષ ન થયો. તેને સંવાદના અભાવથી, વધતા અંતરથી અને તેમના સંબંધની ઓગળતી ગરમાહટથી દુઃખ થતું. સમય જતાં, પ્રણવ વધુ દૂર થવા લાગ્યો અને પંક્તિએ આ બધું અનુભવવાનું શરૂ કર્યું.

ફરી વખત ડિનર પરની એક સાંજે પંક્તિએ પૂછ્યું, "પ્રણવ, શું તું ખરેખર ખુશ છે?"

પ્રણવે ઉદ્ધતાઈ થી જવાબ આપ્યો, "મને ખબર નથી પંક્તિ, કંઈક ખૂટે છે."

પંક્તિ શાંતિથી બોલી, "શું આપણે શોધી ન શકીએ કે શું ખૂટે છે?"

કેટલાય સપ્તાહ આમ ને આમ વીતી ગયા. પંક્તિએ નક્કી કર્યું કે હવે તે એનો જૂનો શોખ શરૂ કરશે, અને એ શોખ હતો પુસ્તકો વાંચવાનો.

એક દિવસ, પંક્તિએ "ઈકિગાઈ" નામનું પુસ્તક વાંચવાનું શરૂ કર્યું. તેમાં જીવનને ખુશ અને તણાવમુક્ત બનાવવાની દસ સરળ તત્વોની ચર્ચા હતી. તેણે નક્કી કર્યું કે આ તત્વોને અનુસરીને તે તેમના લગ્નને બચાવશે:

1. વાતચીત અને સાંભળવું – ખુલ્લા દિલથી એકબીજા સાથે વાતો કરવી આવશ્યક છે.
2. એકબીજાની પ્રશંસા – દૈનિક દોડધામ વચ્ચે પણ એકબીજાની પ્રશંસા કરવી જરૂરી છે.
3. સાથે સમય વિતાવવો – થોડી સાથે ગાળેલી ક્ષણો પણ સંબંધ મજબૂત બનાવે છે.
4. સ્મૃતિઓ રચવી – નાની ખુશીઓ શોધવી અને ખાસ ક્ષણો બનાવવી.
5. આધાર અને સહાનુભૂતિ – એકબીજાના સંઘર્ષ અને લાગણીઓને સમજવા.
6. અહંકાર અને ગુસ્સો છોડવો – અનાવશ્યક વાદ વિવાદ ટાળવા અને અપેક્ષાઓ સાચી અને સારી રીતે વ્યક્ત કરવી.
7. પ્રેમ જીવંત રાખવો – નાની નાની ભેટોની આપલે પળોને તાજી રાખે છે.
8. વ્યક્તિગત વિકાસ – પોતાની જાતનો વિકાસ સંબંધમાં નવી ઊર્જા લાવે છે.
9. વિશ્વાસ અને આદર – એક બીજાની લાગણીઓ અને ભાવનાઓનુ સન્માન કરવું.
10. સાથે જીવન માણવું – લગ્ન ફક્ત જવાબદારી નહીં, એક સુંદર યાત્રા છે.

1. એક દિવસ બંને જણ સાથે બેઠા હતા અને વાત નીકળી, આજે પ્રણવ પણ થોડા સારા મૂડમાં હતો. અંદરખાને એ પણ પંક્તિનો સાથ મિસ કરતો હતો. તેમણે સાથે મળીને વિચાર્યું કે તેમના સંબંધમાં ક્યાં ગેરસમજો થઈ.
2. સમયનો અભાવ – શરૂઆતમાં વધુ સમય સાથે વિતાવતા હતા,પણ કામના દબાણ અને કારકિર્દીની દોડધામ દરમિયાન અંતર વધ્યું.
3. અપૂરતી વાતચીત – ઊંડી વાતો હવે ફક્ત જવાબદારી સુધી સીમિત રહી. લાગણીગત ચર્ચાઓના અભાવે એકલપણાનો અનુભવ થવા લાગ્યો.
4. વિભિન્ન અપેક્ષાઓ – પ્રણવને લાગ્યું કે પંક્તિ તેના કામના દબાણને સમજતી નથી, જ્યારે પંક્તિએ અનુભવ્યું કે પ્રણવ તેની લાગણીઓથી બેજવાબદાર બની રહ્યો છે.
5. અનચાહેલ તણાવ – નાની નાની બાબતો મોટાં ઝઘડાઓમાં બદલાઈ ગઈ, જેના લીધે વધુ તણાવ થયો.
6. પ્રયત્નમાં અસંતુલન – જ્યારે એક વ્યક્તિ માત્ર આપે અને બીજો ફક્ત લે, ત્યારે સંબંધ થાકી જાય છે. પંક્તિએ અનુભવ્યું કે તે જ પ્રયત્ન કરે છે અને પ્રણવ જવાબ આપતો નથી.
7. મોબાઈલ ફોનનો વધુ ઉપયોગ – ટેકનોલોજીએ આત્મીયતાને બદલાવી નાખી. સ્ક્રીન ટાઈમે ગુણવત્તાવાળા સમયનું સ્થાન લીધું અને વર્ચ્યુઅલ વિચલનોએ લાગણીગત જોડાણ ખોયું.

1. વધતી નિરાશા – ભલે એકસાથે હોય, પણ લાગણીગત રીતે દૂર લાગતું.

2. મૌન – પ્રણવ પંક્તિને ટાળવા માટે મૌન રહેતો, જે પંક્તિને વધુ દુઃખ આપતું.

3. બહારના સંબંધ તરફ આકર્ષણ – જ્યારે કોઈ સંબંધમાં પૂર્ણતા નથી લાગતી, ત્યારે કોઈ તૃતીય વ્યક્તિ તરફ આકર્ષણ થાય છે. પ્રિયંકા પ્રણવને વધુ યોગ્ય સાથી લાગવા લાગી હતી.

4. આ બધાં મુદ્દાઓએ તેમના એક સમયના પ્રેમાળ સંબંધમાં તિરાડ પેદા કરી.

5. જ્યારે પ્રણવે ઈકિગાઈના તત્વો વિશે સાંભળ્યું, ત્યારે તેને શંકા હતી, પણ પંક્તિના શબ્દોએ તેને વિચારતો કર્યો. તેને યાદ આવ્યું કે એણે અગાઉ કંઈક આવું જ વાંચેલું હતું, ઈકિગાઈના નિયમો જેવું.

6. પ્રણવને લાગ્યું કે તેને તેમના લગ્ન ફરી જીવંત બનાવવા માટે ચાવી મળી છે, તેને સમજાયું કે દરેક સંબંધમાં ઉતાર-ચઢાવ આવે છે, પણ જ્યારે બધું નિઃષ્પ્રાણ લાગે ત્યારે પ્રેમ ફરીથી જીવંત કરવાના પ્રયત્નો કરવા જોઈએ.

7. પ્રણવે એક કાગળ પર કેટલીક મહત્વપૂર્ણ બાબતો લખી:

8. ખુલ્લી વાતચીત – લાગણીઓ, ચિંતાઓ અને અપેક્ષાઓ વિશે ખુલ્લી વાતો કરો. ઈમાનદાર ચર્ચાઓ ગેરસમજો દૂર કરે છે.

9. સમય આપો – પ્રેમ અને સમજણ રૂપી છોડ જાતે ઊગતા નથી; તેમાં સિંચન કરવું પડે છે. નાના નાના પ્રવાસોનું આયોજન કરવું, ડિનર ડેટનું આયોજન, અને અમુકવાર બસ જરૂર હોય કે ના હોય પણ સાથે રહેવું.

10. વિશ્વાસ અને પ્રતિબદ્ધતા – ભૂતકાળ ભૂલીને નવી ઊર્જા સાથે આગળ વધો. વિશ્વાસ પ્રેમને મજબૂત બનાવે છે.

11. પ્રશંસા અને આભાર – નાની નાની પ્રેમભરી ક્રિયાઓ માટે એકબીજાનો આભાર વ્યક્ત કરો. આ સંબંધોને તાજા અને અર્થપૂર્ણ બનાવે છે.

ઉત્સાહ લાવો – એકબીજાના શોખમાં રસ લો, સાથે નવું શીખો અને મજા પણ કરો.

માફી અને સમજણ – ભૂતકાળના ગુનાઓને છોડો અને એકબીજાના દૃષ્ટિકોણને સમજવાનો પ્રયાસ કરો.

ધીરે ધીરે, પ્રણવ અને પંક્તિએ આ વાતોને અમલમાં મૂકવાનું શરૂ કર્યું. તેઓ વધુ વાતો કરવા લાગ્યા, સાથે સમય વિતાવવો શરૂ કર્યો અને નાની પળોમાં આનંદ શોધવા લાગ્યા. પ્રણવને આખરે સમજાયું કે પ્રેમ માટે સતત પ્રયત્ન જરૂરી છે. તેને પ્રિયંકા સાથેના જોડાણ વિશે વિચારવું પડ્યું અને સમજાયું કે એ ફક્ત એક ભ્રમ હતો. પ્રિયંકા ક્યારેય પંક્તિનું સ્થાન લઈ શકી નહોતી.

એક દિવસ, પ્રણવે પંક્તિ સાથે બેસીને ખુલ્લી વાતચીત કરી. પંક્તિએ પણ શેર કર્યું કે પ્રેમમાં પ્રયત્ન સતત જરૂરી છે, જેથી સામે વાળી વ્યક્તિને પોતે કીમતી છે એ વાતનું ગૌરવ થાય. તેમણે એકબીજાને ફરી શોધ્યા, અને આ વખતે તેઓએ વચન આપ્યું – ક્યારેય એકબીજાથી દૂર નહિ જાય.

સમજણ ફક્ત શબ્દો સાંભળવાનો વિષય નથી – એ તેની પાછળના મૌનને અનુભવાનો વિષય છે. પંક્તિએ હવે માત્ર પ્રણવ શું બોલે છે એ જ નહિ, પણ તે શું નથી બોલતો, એટલેકે એના મનને પણ સમજવાનું શરૂ કર્યું... તેની લાંબી મિટિંગ બાદ થાકેલી આંખો. ડિનર સમયે મૌન. જયારે એ પ્રણવના થાકને સમજી નહોતી શકતી, ત્યારે પ્રણવના ચહેરા પરની એ ઉદાસી બધુંજ એને સમજાવા લાગી, અને પ્રણવએ પંક્તિના શાંત સ્મિતથી ઓળખવાનું શરૂ કર્યું. તે જોઈ શકતો હતો કે એ બારી પાસે બેઠેલી રાહ જોઈ રહી છે, બંધ નોટબુક, ઠંડું પડી ગયેલું ડિનર, તેને

સમજાયું કે પંક્તિનું લખાણ એનું ધ્યાન વિખેરવાનું સાધન નહતું – લખાણ એ એની એકલતાનું સાથી હતું, કારણકે એ પોતે પંક્તિ માટે ત્યારે ઉપલબ્ધ નહોતો. હવે બંનેને સમજાયું કે માત્ર પ્રેમ પૂરતો નથી. તે માટે હાજરી જોઈએ. જાગૃતિ જોઈએ. ઈચ્છા જોઈએ. તેઓ હવે તર્ક જીતવાને બદલે પૂછતા, “શું તને દુઃખ થયું?” તેઓ હવે કોણ વધારે આપે એ ગણતરી કરતા નહીં, પરંતુ પૂછતા, “હું તને વધુ સારું સહારો કેવી રીતે આપી શકું?” જ્યારે પંક્તિનો દિવસ તણાવભર્યો હોય, ત્યારે પ્રણવ શાંતપણે તેની પસંદની ચા બનાવતો અને બાજુમાં બેસતો – કશું કહ્યા વગર, બસ ફક્ત હાજરી આપતો. જ્યારે પ્રણવ કામ પછી થાકી ગયો હોય, ત્યારે પંક્તિ નમ્રતાપૂર્વક તેના ખભા પર હાથ મૂકતી – સલાહ આપવા માટે નહિ, પ્રશ્ન પૂછવા માટે નહિ, પણ કહેવા માટે – “હું તને સમજું છું અને તારી સાથે જ છું.” સમજણ તેમનો પ્રેમભરી ભાષા બની ગઈ. તેઓ શીખ્યા કે ક્યારેક સૌથી મહત્વના શબ્દો સમજવામાં નથી આવતા – આંખોના ઈશારામાં, વહેંચાયેલ મૌનમાં, કે ફક્ત ના જતી વખતે કોઈને રોકવામાં. તેઓએ એકબીજાની વ્યક્તિગતતા માટે જગ્યા બનાવી – પણ તેને અવરોધ બનવા દીધો નહીં. તેઓ હવે એકબીજાને સુધારવાનો પ્રયાસ ન કરતા – પણ એકબીજાની ભૂલ કે ભયને સ્વીકારતા. તેઓ ફરીથી એક સર્જન કરવા લાગ્યા– એક પરિપૂર્ણ લગ્નનું જ નહીં, પણ એક મજબૂત લગ્નનું.દરેક સવાર એક શાંત વચન હતી. નહિ કે તેઓ ક્યારેય ઝઘડશે નહીં. નહિ કે બધું હંમેશા પરફેક્ટ હશે. પણ કે તેઓ કોશિશ કરશે. ફરીથી, ફરીથી.

તેઓ શીખી ગયા કે “માફ કર,” એવું પોતાને નમ્ર બનાવીને કહેવુ જોઈએ. “મારે તારો સહારો જોઈએ છે,” એ વાત ડર વગર કહી શકાય. “હું તને પ્રેમ કરું છું,” ખાસ કહેવું જોઈએ જયારે સમય કઠિનાઈ ભર્યો લાગતો હોય..અને રોજ રોજ સમજવાનો પ્રયાસ કરીને એવું નહિ માનવાનું કે તમે સામે વાળા પર ઉપકાર કરો છો. સમજણશક્તિ સ્વેચ્છા એ હોય, ખોટા અનુમાનો કરીને ગેરસમજ ઊભી ના કરાય.

તે બંનેનો પ્રેમ હવે પરિપક્વ બન્યો. મૂળભૂત. સ્થિર. હવે ફક્ત ઉલ્લાસ નહિ – પણ હેતુ. હવે, ફક્ત રોમાન્સ નહિ – પણ આદર. હવે, પ્રણવ કે પંક્તિ ક્યારેય કહેતા નથી, "તું મને સમજતો નથી." કારણ કે તેઓ શીખી ગયા છે સાંભળવું – ત્યારે પણ જ્યારે તે મુશ્કેલ હોય. રોકાવું – ત્યારે પણ જ્યારે તે અસ્વીકાર્ય લાગે. અને વધવું – એકસાથે, જુદાં નહિ. તેમનો પ્રેમ માત્ર ગેરસમજોથી બચી ગયો નહિ – પણ એ કારણે ઉજળ્યો. કારણ કે ક્યારેક, તોફાન નાશ લાવતો નથી – તે વાતાવરણ શુદ્ધ કરે છે, મૂળોને ઊંડાં કરે છે, અને આપણને સાચો પ્રેમ કેવી રીતે કરવો એ શીખવે છે.

ગર્ભ સંસ્કાર: પહેલો સ્પર્શ

મીરા અને આરવ વચ્ચે હંમેશા એક સુંદર અને સુમધુર સંબંધ હતો. તેઓ બાળપણથી જ ખૂબ સારા મિત્રો હતા, પછી એ મિત્રતા પ્રેમમાં બદલાઈ ગઈ. જ્યારે તેઓએ લગ્ન કર્યા, ત્યારે એ ફક્ત નવી શરૂઆત નહોતી, પરંતુ એ બંને વચ્ચેના પ્રેમને વધુ ગાઢ બનાવવાનો એક મોકો હતો. તેઓ એકબીજાના સારા સાથીદાર હતા—રાતે મળીને મઝાની વાતો કરતા, કામનો તણાવ હોય ત્યારે એકબીજાને શાંતિ આપતા, સાથે ફરવા જતા અને નાનકડી ખુશીઓમાં આનંદ માણતા. તેઓ બંને સોફ્ટવેર એન્જિનિયર હતા. જીવન ખૂબ જ ઝડપથી ચાલતું હતું. બંને જણ નિયમિત યોગ કરીને કામના તણાવને ઓછો કરવાનો પ્રયાસ કરતા. યોગ તેમને શાંતિ આપતો. યોગ એટલે માત્ર કસરત નહીં, એ બંને માટે એક સુંદર ટેવ બની ગઈ હતી—જ્યાં તેઓ શાંત બેસી શકે, શ્વાસ પર ધ્યાન આપી શકે અને પોતાને વધુ સારી રીતે સમજી શકે. એક સવાર મીરાને થાક લાગ્યો. બેચેની લાગવા લાગી. શરીરમાં જાણે કંઈ થઈ રહ્યું હોય એવું લાગવા લાગ્યું, બંને જણ પહેલાતો બહુ ઘભરાઇ ગયા, પછી નક્કી કર્યું કે ડોકટરને બતાવી દેવું જોઈએ. ડોકટર એ ચેકઅપ કરી ને કહ્યુ કે મીરા ગર્ભવતી છે. આ સમાચાર મળતાં જ મીરાની આંખમાં આનંદના આંસુ આવી ગયા. આરવે ધીમેથી તેનો હાથ પકડી લીધો. એ શાંત રૂમમાં, બહારથી આવતા ધીમા અવાજોની વચ્ચે, તેમની આખી દુનિયા બદલાઈ ગઈ. હવે તેઓ માતા-પિતા બનવાના હતા.

ઘરનું વાતાવરણ પહેલેથી જ સરળ અને શાંત હતું—કિતાબો, છોડ અને ચાની સુગંધ ભરેલું. હવે એ ઘરમાં નવા ઉત્સાહ, ખુશી અને આશા ઉમેરાઈ ગઈ. નાના કપડાં ખરીદાયા. ઘરની દિવાલો રંગાઈ. બાળકના નામ વિશે ચર્ચા શરૂ થઈ. પણ મીરાની દાદીએ જે કહ્યું, એ વાક્ય મીરા ના મનમાં ઘર કરી ગયું:

“માત્ર ઘર તૈયાર ન કરો, પોતાનું મન તૈયાર કરો. તમારું બાળક બધું સમજતું હોય છે.”

યોગાનુયોગ યોગા ક્લાસના ટીચરે પણ એ દિવસે ગર્ભસંસ્કારની વાત કરી. બ્રહ્માંડ જાણે સામે ચાલી ને વારે વારે ગર્ભસંસ્કારના સંકેતો સામે લાવતું હતું. એ પછી મીરા અને આરવે “ગર્ભસંસ્કાર” વિશે જાણવાનું શરૂ કર્યું. એ બહુ જ જૂનું જ્ઞાન છે, જે કહે છે કે જ્યારે એક સ્ત્રી ગર્ભવતી હોય, ત્યારે એનાં વિચારો, લાગણીઓ, અને પરિસ્થિતિ બાળક ઉપર ઘણી અસર કરે છે. એમને આ વાત બહુ ગમી ગઈ. એણે ગર્ભસંસ્કારને દિલથી અપનાવ્યું. હવે દરરોજ તેમનું જીવન ખાસ બની ગયું—સંગીત સાંભળવું, સુંદર વાર્તાઓ વાંચવી, યોગ કરવો, ધ્યાન કરવું અને પોતાનાં ભાવોને સમજવા પ્રયત્ન કરવો.

મીરા અવારનવાર બારીએ બેસી રહેતી. હળવો તડકો પડતો. એ પોતાના પેટ પર હાથ રાખીને ધીરે ધીરે પુછતી: “તું મને સાંભળે છે ને, બચ્ચા?” એક સાંજ મીરા ધ્યાનમાં હતી. એ સમયે એને અંદરથી કંઈક અલગ લાગ્યું. માત્ર પેટમાં હલનચલન નહીં, પણ જાણે કોઈ હાજરી હતી. અંદરથી એવું લાગ્યું કે બાળક કશુંક કહી રહ્યું છે: "હું તને સાંભળું છું, મા. પણ હું ઈચ્છું છું કે તું મને સાચું સમજે." એ સાંભળીને મીરાની આંખો ભીની થઈ ગઈ. "હું ફક્ત તારા ગર્ભમાં ધબકતું હૃદય નથી," બાળક કહે છે."હું જીવું છું. તું જે અનુભવે છે, એ હું પણ અનુભવું છું. જ્યારે

તું ચિંતામાં હોય, ત્યારે હું પણ બેચેન થાઉં છું. જ્યારે તું ખુશ હોય, ત્યારે હું પણ આનંદ અનુભવું છું.

હું ફક્ત જન્મ લેવા માટે નહીં, તારા પ્રેમને અનુભવવા માટે આવી રહ્યો છું."

એ દિવસ પછી મીરા બધું અલગ રીતે અનુભવવા લાગી. હવે એ બધું ધીમે કરવાનું શરૂ કરતી. એ શાંત રહેવા લાગી. એ પોતાને વધુ સાંભળવા લાગી. એનું હસવું પણ વધુ ઐશ્વર્યભર્યું લાગતું. એ અવારનવાર રાત્રે પત્રો નાઈટલેમ્પના અજવાળે લખતી, "મારા પ્રેમાળ બાળક, મને ખબર નથી કે દુનિયા તારી પાસે શું માંગશે, પણ તું ક્યારેય એકલું નહીં રહે. હું હંમેશા તારી સાથે હોઈશ. તું હજી પેદા થયું નથી, પણ તું મારા દિલમાં હર પળ જીવંત છે."

આરવ પણ બદલાઈ ગયો હતો. એ રોજ સાંજે વાંસળી વગાડતો, બાળકને વાર્તાઓ કહેતો—સાચી માનવીયતા, દયાળુતા અને પ્રેમ વિશે. જયારે એ વાંસળી વગાડતો, ત્યારે બાળક હરખાઈ જતું. જયારે મીરા મંત્રો બોલતી, ત્યારે બાળક શાંતિ અનુભવતું. અને જયારે મીરા ક્યારેક ડરી જતી, રડી પડતી, ત્યારે બાળક પણ અંદરથી અશાંત થઈ જતું—જાણે કહી રહ્યું હોય: “હું હર પળ તારી સાથેજ છું અને તને અનુભવું છું.”

એક રાત્રે મીરાને એક સુંદર સપનું આવ્યું. એ એક તેજસ્વી બગીચામાં હતી. ત્યાં એક ઝગમગતું બાળક તેની તરફ આવતો હતો અને હસીને કહી રહ્યું હતું: “તેં મને પસંદ કર્યો છે, મા. તું મને ઓળખે એ પહેલા હું તારી રાહ જોઈ રહ્યો હતો. મને લોરીઓ યાદ છે, તારા હાથોની હૂંફ યાદ છે, તારી વાર્તાઓ યાદ છે. હું તને ઓળખું છું.” સપનાથી જાગીને મીરાનું હૃદય ખુશીથી ધબકતું રહ્યું. એ પછી ગર્ભ સંસ્કાર માત્ર એક રીત ન રહી, એ તો રોજબરોજ બાળક સાથે અંદરથી ચાલતી એક વાતચીત બની ગઈ, અને આખરે એક વરસાદી સવારે મીરાએ એક સુંદર બાળકને

જન્મ આપ્યો—અયાન. જેવો નર્સે બાળકને મીરાની છાતી પર મુક્યો, મીરાએ તરત એ લોરી ગાઈ કે જે એ દર રાત્રે ગર્ભકાળ દરમિયાન ગાતી હતી. બાળક શાંત થઈ ગયો. તેની આંખો જાણે બધું ઓળખી રહી હતી.

અયાન બહુ શાંત, સમજદાર અને પ્રેમાળ બાળક હતો. મંત્રો સાંભળીને એ હસતો. સંગીતમાં ઝૂમી જતો. જો મીરા રડતી, તો એ પણ અંદરથી અશાંત થઈ જતો. જેમ જેમ એ મોટો થતો ગયો, એ વાતને વધારે સાબિત કરતો ગયો. એને લાગણીઓ સારી રીતે સમજાતી. તે એવા પ્રશ્નો પૂછતો કે મોટા લોકો વિચારમાં પડી જાય—"લોકો દુઃખી કેમ થાય છે?" "આપણે બીજાની મદદ કેમ અને કઈ રીતે કરી શકીએ?"

અયાનમાં કંઈક અનોખું હતું. અયાનમાં શાંતિ હતી. પ્રેમ હતો. સમજણ હતી. મીરા અને આરવ એના તરફ જોઈને હમેશા વિચારતા—એ આત્મા કે જેને એમણે પહેલા સંગીત અને શાંતિથી પોષ્યો હતો, હવે એ જ આત્મા બાળક બનીને એમની સામે હતો.

ગર્ભ સંસ્કાર એ માત્ર બાળક માટે નહિ, એ બંને માટે પણ એક યાત્રા બની ગઈ. એણે એમને શાંતિ, ધીરજ અને પ્રેમથી જીવવાની રીત શીખવી ગઈ.

મીરા હજી પણ અયાન માટે પત્રો લખે છે. આરવ રોજ સાંજે વાંસળી વગાડે છે. અને અયાન, હવે એક નીડર, શાંત અને સંસ્કારસભર બાળક બની ગયો છે, એ સુતાં પહેલા રોજ પોતાની મમ્મીને ધીમેથી કહે છે:

"મમ્મી, તું તો મને હું જન્મ્યો એ પહેલા થી પ્રેમ કરતી, જે મને હજી યાદ છે."

સમજણથી નેતૃત્વ

સુજય પટેલ હંમેશા એક સારા અને સફળ રીજનલ મેનેજર રહ્યા. દરેક મહિને તેમની ટીમ સારાં પરિણામ આપતી. સાથીઓ તેમનો આદર કરતા અને ગ્રાહકો તેમને પસંદ કરતા. પરંતુ છેલ્લા કેટલાક મહિનાઓથી કંઈક બદલાયું હતું. તેમની આંખોમાં ચમક રહી ન હતી. કામગીરી ધીમી પડી ગઈ હતી, મીટિંગ્સ વધુ તણાવભરી બનતી હતી અને આખી ટીમ નિરસ લાગતી હતી.

જે ટીમ પહેલા ઉત્સાહથી ભરેલી રહેતી, હવે શાંત લાગતી હતી. ઘણા કર્મચારીઓ ગેરહાજર રહેતા, અને કેટલાક મહત્વના કર્મચારીઓ નોકરી છોડી ગયા હતા. ઉત્સાહ હવે દેખાતો નહોતો. લક્ષ્યાંકો એ જ હતાં, પણ લોકો બદલાઈ ગયા હતાં. સુજયને લાગ્યું કે આ સમસ્યાનું કારણ માત્ર આંકડા નથી, પણ લાગણીઓ છે.

એક સોમવાર સવારે, સુજય કોન્ફરન્સ રૂમમાં ઊભા રહ્યા, જ્યાં ટીમ સભ્યો સપ્તાહિક મીટિંગ માટે આવી રહ્યા હતા. સ્લાઇડ્સમાં લક્ષ્યાંકો દર્શાવવામાં આવ્યા હતાં, ચાર્ટ્સમાં ઘટાડો બતાવતો ડેટા હતો. ચર્ચા ફક્ત કામકાજની રીત પર ચાલતી હતી. પણ સુજયને જણાયું કે બધા કર્મચારીઓ થાકી ગયા છે, અસંતોષ અનુભવે છે

અને આગળ વધવાનું દુષ્કર લાગી રહ્યું છે.

તેમણે અચાનક પ્રોજેક્ટર બંધ કરી દીધું.

"આજે કોઈ આંકડા નહીં," તેમણે કહ્યું. "આજે આપણે દિલથી વાત કરીએ — શું સારું લાગે છે અને શું નહીં. આજે ડર્યા વગર ફક્ત દિલથી સાચી વાત કરીએ." રૂમમાં શાંતિ છવાઈ ગઈ. પછી એક પછી એક લોકો બોલવા લાગ્યા. એક કર્મચારીએ કહ્યું કે સતત કોલ્સથી થાકી જાય છે. બીજાએ કહ્યું કે ભેદભાવ થાય છે. એક અન્યએ કહ્યું કે રોજે 14 કલાક કામ કરવા છતાં નોકરી જતી રહેશે તેવી ભીતિ રહે છે. છેલ્લે એક વરિષ્ઠ કર્મચારીએ કહ્યું: "મને આ નોકરી ગમે છે, પણ હવે એવું લાગતું નથી કે આ નોકરી મને પસંદ કરે છે."

સુજયને સમજાયું કે હવે આ સમસ્યાઓ લાગણીઓથી જોડાયેલી છે અને સમય આવી ગયો છે કે સૌની વાત સાંભળવામાં આવે.

કર્મચારીઓ ઘણી વખત પોતાના પર હોય તે દબાણ અને અપમાનના અનુભવ વિશે ખુલ્લાં બોલી શકતા નથી. જ્યારે કોઈ ઉચ્ચ અધિકારી સભાની વચ્ચે નાના મુદ્દા પર સભ્યોને ઉગ્ર રીતે ટોકે છે, તદ્દન ઉદ્દંડ રીતે ટીકા કરે છે કે અન્ય સહકર્મચારીઓ સામે તેમની તુલના કરે છે, ત્યારે કર્મચારીના મનમાં ગુનો નહિ પરંતુ અપમાનની આગ સળગે છે.

તે આત્મવિશ્વાસ ગુમાવે છે. ઘણી વખત એ વાત કામ પછી ઘરે પણ અસર કરે છે — માનસિક અસ્વસ્થતા, ચીડચીડાપણું, પરિવાર સાથેનો સમય પણ તણાવથી ભરાઈ જાય છે. કેટલાય કર્મચારીઓએ પોતાના બાળકો સાથે બેઠા હોવા છતાં કામના વિચારોમાં ગુમ થઈ જવાનો અનુભવ કર્યો હતો. તેઓ ભવિષ્ય અંગે ચિંતિત રહેતા હતા — 'શું હું અહીં સ્થિર રહી શકીશ?', 'શું મારી મહેનતને કદર મળે છે?'. જ્યારે હાયર મેનેજમેન્ટના સભ્યો ફક્ત ક્ષમતા માટે નહિ પણ ગેરસમજના આધારે નાની વાતે અપમાન કરે, ત્યારે કર્મચારી નોકરીમાં નહિ, પોતાના અસ્તિત્વમાં અપમાનની લાગણી અનુભવવા લાગે છે. આગળના અઠવાડિયાઓમાં, સુજયે

દરેક સાથે વ્યક્તિગત વાતચીત કરી. તેમણે અનામિક સર્વે કર્યો અને ઓફિસની બહાર મળીને ચા પર વાતચીત કરી. જવાબોથી એક સ્પષ્ટ ચિત્ર ઊભું થયું:

★ વધુ મીટિંગ્સ અને બિનજરૂરી કોન્ફરન્સ કોલ્સના કારણે મુખ્ય કાર્ય માટે સમય ન મળતો.

★ ભેદભાવથી ઘણા કર્મચારીઓ દુખી રહ્યાં.

★ કામનો ભાર ખૂબ વધી ગયો હતો કારણ કે નવી ભરતી થઈ નહોતી.

★ સારું કામ થયાં પછી પણ કોઈ ઓળખ ન મળતી.

★ નોકરીની અશાંતિથી લોકો તણાવમાં જીવી રહ્યા હતા.

★ રવિવાર અને રજાના દિવસોમાં પણ ફોન પર સતત ચાલી રહેલી લાંબી મિટીંગ્સનાં કારણે પર્સનલ લાઈફ ડિસ્ટર્બ રહેતી.

★ કર્મચારીઓ સતત નોકરી ગુમાવાના ભય હેઠળ જીવતા.

★ ખરાબ વર્તન કરનારા મેનેજરો સામે કોઈ પગલાં ન લેવાતા.

★ મેનેજમેન્ટ અને ટીમ વચ્ચે લાગણીભર્યું જોડાણ ખૂટી ગયું હતું.

★ સુજયે સમજ્યું કે આ સમસ્યાઓ ફક્ત નિયમો કે નીતિની નથી — એ માણસોની લાગણીઓથી જોડાયેલી છે.

★ તેમણે સંસ્થા ચલાવવાની રીત, લાગણીઓ અને વર્તન અંગે પુસ્તકો વાંચવાનું શરૂ કર્યું. તેમને એક વાત ખૂબ સ્પર્શી:

★ "લોકો નોકરી નથી છોડતા, તેઓ એવું વાતાવરણ છોડે છે જ્યાં તેઓને સમજવામાં આવતાં નથી ."

★ આથી સુજયે કેટલાક સરળ અને અસરકારક બદલાવ લાવ્યા:

★ મીટિંગ્સની સંખ્યા ઘટાડવામાં આવી.

★ કામના માપદંડો સ્પષ્ટ અને ન્યાયી રાખ્યા.

★ કામની વહેંચણી યોગ્ય રીતે કરી અને લક્ષ્યાંકો વધુ સમજદારીથી નક્કી કર્યા.

★ સારું કામ કરનારા ને જાહેરમાં અને વ્યક્તિગત રીતે અભિનંદન આપવાનું શરૂ કર્યું..

★ સાંજે 6 પછી કોઈ કામ નહીં, રવિવાર સંપૂર્ણ આરામનો દિવસ.

★ ખરાબ વર્તન કરનારા મેનેજરોને સુધારવાનો મોકો આપ્યો.

★ તાલીમ અને સમજણ માટે સમયાંતરે સત્રો યોજ્યા.

★ કોઈ પણ કર્મચારી સીધા સુજય સુધી પહોંચે તેવું ખુલ્લું વાતાવરણ ઊભું કર્યું.

★ તેમણે કેટલાક સુયોગ્ય પગલાં પણ લીધાં:

★ ઇમરજન્સી રજા માટે પ્રશ્નો ન પુછવા.

★ જન્મદિવસ અને વ્યક્તિગત પ્રસંગોની ઉજવણી.

★ માનસિક શાંતિ માટે કાઉન્સેલિંગની સુવિધા.

મેનેજરોને શીખવાડાયું કે જ્યારે કોઈની પર્ફોર્મન્સ નીચું જાય, ત્યારે પૂછવું જોઈએ — "તું ઠીક છે?"

બદલાયેલા અભિગમનો અનુભવ થતા કર્મચારીઓએ વધુ લાગણીપૂર્વક કામ આપવાનું શરૂ કર્યું. જ્યારે તેમને વ્યક્તિગત જીવન માટે પણ સમય મળ્યો, ત્યારે તેઓ વધુ ખુશ અને ઉર્જાવાન બનીને કામ પર પરત ફર્યા.

સુજય વારંવાર કહેતા: "અમે જીવવા માટે કામ કરીએ છીએ, કામ કરવા માટે નથી જીવતા."

આ ફેરફારોના કારણે સંબંધો સુધર્યા, તણાવ ઓછો થયો અને કામમાં પાછી ખુશી આવી.માત્ર કર્મચારીઓ નહીં, હાયર મેનેજમેન્ટના સભ્યોમાં પણ પરિવર્તન આવ્યું. સુજયને પણ અંદરથી શાંતિ મળી. હવે મેનેજરો માત્ર આદેશ આપતાં નહીં, લોકોની વાત પણ સાંભળતા. નેતૃત્વનો અર્થ હવે જોડાણ અને સમજણ બન્યો.એક વરિષ્ઠ મેનેજરે કહ્યું: "મને લાગતું હતું કે લીડરશીપ એટલે લોકોને વધુ કામ કરાવવું. હવે સમજાયું છે કે લીડરશીપનો અર્થ છે તેમને સુરક્ષાની લાગણી આપવી."વ્યવસ્થાપનમાં સાચા બદલાવ લાવવા હોય તો સંબંધોને સમજીને આગળ વધવું પડે. મેનેજમેન્ટે માત્ર પરિણામ કે સમયપત્રક પર નહીં, પરંતુ સંબંધોની ઊંડાણપૂર્વક સમજણ રાખવી જોઈએ. દરેક કર્મચારીની પાછળ એક જીવન છે, એક પરિવાર છે. કામના દબાણથી પરે પણ જીવનમાં ઘણી બાબતો હોય છે – તે સમાજ સાથે જોડાયેલો એક માનવી છે.

એક ઉમદા વર્ક કલ્ચર માટે સંસ્થાએ સમજણ, સંયમ અને લાંબા સમયની દૃષ્ટિ અપનાવવી જોઈએ. માત્ર ટૂંકા ગાળાના પરિણામ નહીં, પરંતુ લાંબા ગાળાની વૃદ્ધિ માટે સંસ્થા લોકો પર આધારિત વિચારધારા અપનાવે. હવેના સમય પ્રમાણે નેતૃત્વ તેવું હોવું જોઈએ કે જ્યાં દરેક કર્મચારી પોતેજ નહિ, પોતાનું ભવિષ્ય પણ સુરક્ષિત માને.જ્યારે નિષ્ઠાવાન કર્મચારીને માન મળે છે, ત્યારે એ સંસ્થાને છોડતો નથી –

પણ સંસ્થાનો પાયો બની જાય છે. વિશ્વાસ હોય ત્યારે લોકો ખૂલે છે, મદદ માંગે છે, આગળ વધે છે. કામનું દબાણ હવે સહકારમાં બદલાઈ ગયું.

- છ મહિના પછી પરિણામો આ રીતે જોવા મળ્યા:
- કાર્યક્ષમતા 40%થી વધી ગઈ.
- રાજીનામાની સંખ્યા ઘટી ગઈ.
- કર્મચારીઓ વધુ જોડાયેલા અને ઉત્સાહી લાગવા લાગ્યા.
- ગ્રાહકો પણ વધુ સંતોષ અનુભવી રહ્યા હતા.

ઓફિસનું વાતાવરણ હવે બદલાઈ ગયું હતું. હાસ્ય ફરી પાછું આવ્યું હતું, દોષારોપણની જગ્યાએ સહયોગ હતો અને સ્પર્ધા હોવા છતાં માનવતાનો અહેસાસ હતો.એક સાંજે સુજય પોતાના કેબિનમાં બેઠા રહ્યા. તાજેતરમાં સાંભળેલી એક વાત તેમને યાદ આવી:"દરેક વ્યક્તિ તમારું મન સંપૂર્ણ રીતે સમજી શકે એવું શક્ય નથી. પણ જે પ્રયાસ કરે છે બધું બદલવાનો, એ શક્તિશાળી સાબિત થાય છે."

સુજયે શીખ્યું કે સાચું નેતૃત્વ એટલે માણસાઈ. લોકો સાથે દિલથી જોડાવું. સફળતા પછી આવે છે, પણ પહેલા સમજણ લાવવી જરૂરી છે.

શીખ: એવો વાતાવરણ બનાવો જ્યાં દરેક વ્યક્તિ જોવાય, સાંભળાય અને મહત્વ અપાય. કારણ કે જ્યારે લોકો એકબીજાને સમજવાનો સાચો પ્રયાસ કરે — ત્યારે સફળતા સહજ બની જાય છે, અને એમાં લાગણી હોય છે.

સાચી ઈમાનદારી – મીરાની મહાનતા

મીરાનો દિવસ સવાર પડતા પહેલા જ શરૂ થઈ જતો. વહેલી સવારે ઊઠીને તે ધીમે ધીમે પથારીમાંથી નીકળતી, જેથી તેના બે બાળકો – અયાન અને રિયા – ઊંઘમાંથી ન જાગી જાય. તેમનું ઘર નાનું હતું, પણ પ્રેમ અને મમતાથી ભરેલું હતું. તે તરત રસોડામાં જઈને ચા ઊકાળતી અને રોટલા બનાવતી. સાથે જ બાળકો માટે ટિફિન તૈયાર કરતી – ભાખરી, દાળ, ભાત અને શાક. છ વાગ્યે તેણે બાળકોને ઊંઘમાંથી જગાડ્યા અને નરમ અવાજે કહ્યું: "ઉઠો બેટા, સ્કૂલે જવાનું મોડું ન થાય." બાળકોને શાળાએ મૂકી ને પછી મીરા પોતાના રોજિંદા કામ માટે નીકળી પડતી. તે ચાર ઘરોમાં કામ કરતી – વાસણ ધોતી, ઘરની સફાઈ કરતી અને રસોઈ બનાવતી. એનું શરીર થાકતું, પગ દુખતા, પણ એ ક્યારેય ફરિયાદ ન કરતી. કારણ કે એને ખબર હતી કે તેની મહેનતના પાછળ એના બાળકોના સપનાનો આધાર છે. દરેક ઘરમાં એની હાજરીથી શાંતિ રહેતી હતી. મીરાની આંખોમાં એક ખુમારી હતી – એવી સ્ત્રીની, જે મુશ્કેલીઓનો સામનો કરીને પણ પોતાની સચ્ચાઈ કદી ન ગુમાવે. ગરીબ હોવું એ એને મળેલી સ્થિતિ હતી, પણ ઈમાનદાર રહેવું એ એની પસંદગી હતી. મીરાના જીવનના નિયમો સાદા હતા – સત્ય બોલવું, કામમાં કામચોરી ન કરવી, સારા ગુણો કદી ત્યજી ન દેવા અને ભલે પરિસ્થિતિઓ ગમે તેટલા પ્રશ્નો ઉભા કરે, પોતાનું મૂલ્ય કદી ન ગુમાવવું. મીરા માનતી કે માણસનું સાચું વૈભવ તેની નૈતિકતા અને વ્યવહાર છે. એ પોતાની દીકરી રિયાને હંમેશાં કહતી: "પેટ ભલે ભરાયું ના હોય પણ દિલ માં સાચવેલી ઈમાનદારી હંમેશા ભૂખ સંતોષશે ." મંદીના

માહોલમાં ભલે મીરાની જેમ અનેક મહિલાઓ પોતાનું જીવન ચલાવતી હોય, પણ મીરાની અંદર એક અલગ જ તેજ હતું. એ એવી સ્ત્રી હતી, જે દિવસની શરૂઆત શાંતિથી કરતી પણ આખા દિવસમાં ધીરજ, કરૂણા અને ધ્યેયના સ્તંભો થકી મજબૂત દીવાલ ઉભી કરી દેતી. ઘણી વાર જ્યારે પૈસાની તંગી હોય, ત્યારે પણ એ ક્યારેય વધુ ન માગતી. એના મનમાં હંમેશા એક વાત હતી – “પ્રભુ જેટલું આપે છે એજ ઘણું છે, હું કદી કોઈની સાથે પૈસા માટે દગો નહિ કરું.” મીરા પોતાનામાં એક સજાગ સ્ત્રી હતી. એ માનતી હતી કે દરેક મહિલાને પોતાની જાતને ઊંચા ઉઠાવવાનો અધિકાર છે – માત્ર પરિવાર માટે નહીં, પરંતુ પોતાની ઓળખ માટે પણ. મીરા જ્યારે કામ કરતી ત્યારે એ ઘરના બાળકો સાથે પ્રેમથી વાતો કરતી, મોટા વડીલોની વાત સહનશીલતાથી સાંભળતી, અને દરરોજ કોઈને ખુશી આપવાનું લક્ષ્ય રાખતી. એ હંમેશાં વિચારતી કે જો તમે કોઈના જીવનમાં રાહત લાવી શકો, તો એ પણ એક મોટી સેવા છે.

મિસિસ રોયના ઘરમાં મીરાએ ઘણા વર્ષો પહેલાથી કામ શરૂ કર્યું હતું. ત્યારે મીરા એ વિસ્તારમાં નવી નવી આવી હતી – બને નાના બાળકો ને સાથેને સાથે જ રાખતી. મિસિસ રોયએ એની આંખોમાં ઝળહળતું સત્ય જોયું અને તેને એક તક આપી. મીરાંએ આ તકને હંમેશા પોતાનું સદ્નસીબ સમજીને ઈમાનદારીથી કામ કર્યું..

દરરોજ સવારે મીરા મિસિસ રોયના ઘરમાં પ્રવેશ કરતી ત્યારે પહેલાં ઘરના મંદિરમાં પગે લાગતી. પછી રસોડામાં જઈને ધીમેથી વાસણ સાફ કરતી, કે જેથી ઘરના સભ્યોની ઊંઘ ન તૂટે. ઘરના સાફસફાઈ, પોતાનું ઘર સમજીને ઘરના ખૂણે ખૂણાને સજાવતી. મિસિસ રોયના પતિ માટે ખાસ ઓમલેટ બનાવતી, અને બાળકો માટે પૌષ્ટિક નાસ્તો તૈયાર કરતી. જ્યારે મિસિસ રોય થોડીક થાકી જાય, ત્યારે મીરા એમની પાસે બેસી નમ્રતાથી પુછતી: “મેમસાહેબ, ચા લાવું?” એમના ઘરમાં

મીરા ફક્ત કામ કરવા આવતી નહોતી – એ ઘરના લોકોના દિલની નજીક આવી ગઈ હતી. ઘરના દરેક સભ્યને એની સાથે સચોટ જોડાણ હતું. મીરા ન આવે તો ઘરમાં ખાલીપો લાગતો.

એવા જ રોજની જેમ એક દિવસ મીરા કામ કરવા આવી અને જોયું તો ઘર માં સોપો પડી ગયેલ. મિસિસ રોયના ઘરમાંથી એક કિંમતી હાર ગુમ થયો હતો. આખું ઘર ઉપર નીચે કરીને શોધ્યું, પણ હાર મળ્યો નહીં. ધીમે ધીમે શંકાની નજર મીરા પર જવા લાગી. "મીરા તો ઘરની નથી... શક્ય છે કે હાર પણ એનેજ લીધો હોય," ઘરના એક સભ્યએ કહ્યું.

મિસિસ રોયએ મીરાને બોલાવ્યું અને પૂછ્યું: "મીરા, અમને તારા પર વિશ્વાસ છે... પણ હાર ક્યાંય મળતો નથી... તો શું તે તો નથી લીધો ને?"

મિસિસ રોય થોડી ક્ષણો મૌન રહી.

મિસ્ટર રોય પણ હજુ સંશયમાં હતા. તેમણે પોતે જ પોલીસને બોલાવવાનું પગલું ભર્યું હતું, કારણ કે તેઓ મીરાની ઈમાનદારીમાં પોતાનો વિશ્વાસ ખોઈ ચૂક્યા હતા.

(મિસિસ રોયનો અંતરંગ સંવાદ) "મને ખરેખર વિશ્વાસ છે મીરા પર... પણ આ પરિસ્થિતિ મને પણ પરેશાન કરે છે. શું હું મીરાને સાચે ઓળખી શકી છું? શું ખરેખર હું જે વિચારું છું એ યોગ્ય છે?"

મીરાનું હૃદય તૂટી પડ્યું. આંખો ભીની થઈ ગઈ.

(મીરાનો અંતરંગ સંવાદ) "શું મારી વર્ષોની વફાદારી આટલી પળોમાં ઉડી ગઈ? શું દરેક ગરીબ લોકોની નિયત એવી ખરાબજ હોય એવું જરૂરી છે?? હું તો રોજ રોટલીમાં પ્રેમ વણી ને આપું છું, રોજ ઘરની દીવાલોને શાંતિ આપું છું... પણ આજે એવું શું થયું કે મારા પર અવિશ્વાસનાં વાદળો છવાઈ ગયા?"

"મેમસાહેબ, હું મારા બાળકોના સમ ખાઈને કહું છું કે મેં જિંદગીમાં ક્યારેય ચોરી નથી કરી કે ચોરીનો વિચાર સુધ્ધાં નથી કર્યો!" પરંતુ ઘરમાં શંકાનું વાતાવરણ છવાઈ ગયું હતું. મિસ્ટર રોયએ પોલીસ બોલાવી. મીરાનું હૈયું ધબકવા લાગ્યું.

(મીરાનો અંતરંગ સંવાદ) "હે ભગવાન, આજે મારા સત્યની કસોટી છે. મારા હાથ ચોખ્ખા છે અને મન સાફ છે, પણ શું દુનિયા એ સત્યને પારખી શકશે?? આજે જો મારું સત્ય હારી જશે, તો મારા બાળકોની આંખોમાં મારા માટે જે માન -સન્માન છે એ ખોટું સાબિત થશે.

પોલીસે તેનો થેલો તપાસવાનું શરૂ કર્યું. રિયા અને અયાન ડરીને મીરાની ની સોડમાં ભરાઈ ગયા.

(રિયાનો અંતરંગ સંવાદ) "મમ્મી તો હમેશાં કહે છે કે સત્ય જ સૌથી મોટું શસ્ત્ર છે... તો આજે એમના માટે કેમ બધું ગુમાવવાનો વારો આવ્યો? શું લોકો મમ્મી ની ઈમાનદારી ને જોઈ નથી શકતા? "મારી મમ્મી ચોર નથી!" – રિયાએ રડીને કહ્યું.

ઘરમાં ગાડી સાફ કરવાનું કામ કરતો નાનો છોકરો રવિ ધીમેથી આગળ આવ્યો. "મેમસાહેબ... આજે સવારે મેં જોયું હતું કે તમારી બિલાડી ડ્રેસિંગ ટેબલ પાસે રમતી હતી. એ કંઈક ચમકતું લઈને દોડી ગઈ હતી.

ઘરના બધા લોકો તરત શોધવા લાગ્યા. અને આખરે, વોર્ડરોબની નીચે હાર મળ્યો – ધૂળથી ભરેલો, પણ સુરક્ષિત!

મિસિસ રોય મીરાને જોઈ રહી હતી – શરમ સાથે. "મીરા, મને માફ કરી દે. મારે તારા પર શંકા ન કરવી જોઈએ."

મીરાએ નમ્રતાથી કહ્યું: "મેમસાહેબ, મારી પાસે ઈમાનદારી સિવાય બીજું કંઈ નથી. અને આજે એજ મારું સૌથી મોટું હથિયાર સાબિત થયું છે।"

(મીરાનો અંતરંગ સંવાદ) "મારું સત્યનું બળ કદીય ઓછું નહિ થાય. આજે એ સાબિત થયું. પણ એ પહેલા મારી ઈમાનદારી પર ઉઠેલી શંકા નું શું? શું હવે લોકો મને સાચી નહિ માને અને હંમેશા શંકાની નજરે જ જોશે??"

એ પળોમાં મીરાની આંખો બસ એક જ પ્રશ્ન પૂછતી હતી – "શું હું ગરીબ છું માટે કોઈ પણ મારા પર શંકા કરી શકે?" આખું જીવન સચ્ચાઈ અને મહેનતમાં પસાર કર્યા બાદ પણ, એક ક્ષણ શંકાસ્પદ બની જાય એ દુઃખદ વાત હતી.

એ પળો મીરા માટે દુર્બળતા ભરેલી નહોતી પણ હિંમત આપનારી હતી. એની શાંતિભરેલી ચુપકીદી પાછળ પણ એક ગજબની હિંમત છૂપાઈ હતી. એ જાણતી હતી કે સાચા માણસને માન અને ઈજ્જત મેળવવામાં સમય લાગી શકે, પણ છેલ્લે જીત હંમેશા સત્યની જ થાય છે. તેણે મિસ્ટર રોયને ધીરજભર્યા અવાજે કહ્યું: "સાહેબ, ગરીબ હોવું પાપ નથી. પણ ગરીબ લોકોની ઈમાનદારી પર શંકા કરવી એ ખરેખર પાપ છે. અમારે પણ ઈજ્જતથી જીવવું છે. અમારી પાસે ભલે પૈસા ન હોય, પણ સંસ્કાર છે." મિસ્ટર રોય મૌન રહ્યા. (મિસ્ટર રોયનો અંતરંગ સંવાદ) "મેં કેમ આવું વિચાર્યું? હું કેમ દરેક માણસને પૈસાના મૂલ્યથી જ આંકું છું?... આજે આ સ્ત્રીએ સમજાવી દીધું કે સાચી શાન ઈમાનદારીમાં છે. કદાચ આપણે જ આપણી સાથે રહેલા રત્નોને ઓળખતા નથી." મિસ્ટર અને મિસિસ રોય ચૂપ થઈ ગયા. તેઓને મીરાની વાતમાંથી જીવનનો મોટો પાઠ શીખવા મળ્યો – "ઈમાનદારી એ સૌથી મોટું ધન છે." આ ઘટનાની વાત પાડોશમાં ફેલાઈ ગઈ. એક મોટી ઉંમરના વૃદ્ધ માજી, જેમણે મીરાને હંમેશા શંકાની નજરે જોઈ હતી, એ હવે પ્રેમથી બોલી: "મીરા, તારી સચાઈની જીત થઇ,અને તું મારી નજરોમાં ઉચ્ચ સ્થાન પામી ગઈ.

ધન્ય છે તારા સંસકરોને..” મનમાં વૃદ્ધ માજી બોલવા લાગ્યા ,અમે તો એજ વિચારતા હતા કે એ ગરીબ છે... પણ આજે મીરા મને પણ શીખ આપી ગઈ – માણસની શોભા એના સંસ્કારથી હોય છે નહી કપડાં કે ઘરેણાંથી.. હું ભૂલી ગઈ હતી કે જીવનમાં શંકાથી મોટી કોઈ બીમારી નથી." ઘણા ઘરોમાંથી એના માટે કામની વિનંતી આવવા લાગી. હવે મીરા ફક્ત ઘરમાં કામ કરતી સ્ત્રી ન રહી – એ એક પ્રેરણારૂપ સ્ત્રી બની ગઈ. મિસ્ટર અને મિસિસ રોયે હવે મીરાને મફત શિક્ષણ આપવાનું નક્કી કર્યું. તેમને સમજાયું કે દરેક માણસને તેની પરિસ્થિતિથી નહીં, પણ તેની મહેનત અને ઈમાનદારી ના આધાર પર આંકવું જોઈએ. સચ્ચાઈ અને ઈમાનદારી કદી હારતા નથી. સાચું મન અને મહેનત હોય તો લોકો ક્યારેક મોડું કરશે, પણ તમારું સન્માન તમને જરૂરથી પાછું મળશે. ગરીબી પાપ નથી. પણ ગરીબના ઈમાન પર શંકા કરવી એ ખરેખર પાપ છે. સાચી મહાનતા એમાં છે કે આપણે બીજાને તેમની હાલતથી નહીં, પરંતુ તેમના હૃદયની શુદ્ધિથી ઓળખી શકીએ અને સમજી શકીએ. ઈજ્જત, વિશ્વાસ અને માનવતા – એ બધાનો હક છે – ભલે કોઈ ગરીબ હોય કે ધનિક.

બીજી સવારે જ્યારે મીરા ફરી ઊંઘમાંથી જાગી, ત્યારે એની અંદર એક નવો વિશ્વાસ હતો. એણે પોતાના દીકરી રિયાને નરમ અવાજે ઉઠાવતી વખતે કહ્યું, “બેટા, આજનો સોનેરી સુરજ સચ્ચાઈનો પ્રકાશ લઈને પાછો ઉગ્યો છે. ચાલો ઉઠો આપણે એ પ્રકાશમાંથી દીવો પ્રગટાવીએ અને બીજાને પણ રોશની આપીએ .”

(મીરાનો અંતરંગ સંવાદ) "હું તૂટી નથી. હું આજે વધુ મજબૂત થઇ છું. આજે મારી દુઃખદ પળોએ મને નવી શીખ આપી છે, જે પૈસાથી કદી ન મળી શકે. મારા બાળકો આ જુવે છે અને શીખે છે. અને હવે એમના મનમાં સત્યની જ્યોત વધુ તેજથી પ્રકાશી રહી છે."

રિયા આનંદથી મમ્મીનો ચહેરો જોતી રહી. એ ક્ષણમાં મીરા ફક્ત એક માતા નહોતી, એ સમાજ માટે સંસ્કાર અને સાચાઈનું જીવતું ઉદાહરણ હતી.

જેટ-જેટલાં ઘર માં મીરા જેવી વ્યક્તિઓ કામ કરવાં જાય છે,તે દરેક વ્યક્તિ એવી આશા સાથે જાય છે કે કોઈ એમને સમજે અને એમના સંસ્કારોને માન આપે..
દરેક વ્યક્તિના મનમાં હવે મીરા જેવા લોકો પ્રેરણા બની રહ્યા છે – જે બતાવે છે કે દુઃખ આવે તો ડરવું નહીં, પણ દુઃખ સામે ઊભા રહીને સચ્ચાઈથી ટકી રહેવું. કેમ કે જયારે દુનિયા શંકા કરે, ત્યારે તમારું સત્ય શબ્દોથી નહિ, પરંતુ તમારા આચાર-વિચાર અને વર્તનથી સાબિત થાય છે.
મીરાની વાર્તા માત્ર એક વ્યક્તિની સફર નથી – તે દરેક માટે એક અધ્યાય છે, જે પોતાનાં મૂલ્યોને જીવનમાં ઉતારવા માંગે છે. મીરાની વાર્તા શીખવાડે છે કે મહેનત અને સચ્ચાઈ કદી વેડફાતા નથી, દરેક સારા અને સાચા કામનું પરિણામ જરૂરથી મળે જ છે.
જો તમારા જીવનમાં પરિસ્થિતિઓ અસમાન હોય, તો પણ તમારું વર્તન સમાન રહેવું જોઈએ. સચ્ચાઈ અને ઈમાનદારી માં જ રહેલી છે. વિશ્વાસ અને પ્રેમ એવી વસ્તુઓ છે, જે સચ્ચાઇપૂર્ણ વર્તનથી વધે છે
મીરાની જેમ જીવવું સરળ નથી, પણ શક્ય છે – જો તમે હૃદયમાં ખોટા વિચારો અને ખરાબ વૃત્તિઓને સ્થાન ના આપો તો.

દરેક વ્યક્તિ મીરા જેવી હોય એ જરૂરી નથી, પણ દરેક વ્યક્તિ મીરા પાસેથી કંઈક શીખી શકે – જેમ કે સંઘર્ષ હોય ત્યારે નમ્રતા રાખવી, શંકા મળે ત્યારે શાંતિ જાળવવી અને અપમાન મળ્યા છતાં પણ પોતાનો વિશ્વાસ અને સત્યનો માર્ગ નહીં છોડવો – એજ સાચું શૌર્ય છે.

હમસફર – નામ વગરનો સંબંધ

અકથ્ય લાગણીઓ, શાંત હિંમત અને પ્રેમ જેને નામની જરૂર નથી એની વાત

સમીરા અને વિક્રમની મુલાકાત કોલેજના છેલ્લાં વર્ષમાં થઈ હતી—કોઈ નાટકીય રીતે નહીં, પણ કોફી હાઉસમાં. વહેલી સવારે લેક્ચર્સ બાદ, પ્રોફેસરના કડક વલણને લઈને બંનેના મંતવ્ય સરખા જ હતા. એક ખૂણેની ભડાશ કાઢવા જાણે બંને ભેગા થતા. સમીરા સ્વભાવે ખૂબજ તેજ અને ચપળ છોકરી હતી. તે હંમેશા કોઈની પરવા કર્યા વગર બિન્દાસ થઈને કવોટ્સ લખતી. નાના માં નાની વાતનું બહુજ બારીકાઈથી વિશ્લેષણ કરતી અને લખતી. તે હંમેશા પોતાની દુનિયામાં જ મસ્ત રહેતી.

વિક્રમ એ એવી વ્યક્તિ હતો, જે મનથી જીવે અને દિલથી સંબંધો નિભાવે. જેમ જેમ વાતચીત વધી, તેમ તેમ તેમનો સંબંધ પણ ઊંડો બનતો ગયો — એ પ્રેમ નહોતો, પણ કંઈક ખાસ અને અનોખું હતું. એવો સંબંધ, જે મૌન હાજરીમાંથી જન્મેલો હતો — શબ્દ વિના પણ સ્પર્શતી લાગણી. એમની વચ્ચેના બોલાયેલા શબ્દોમાં પણ એક શાંતિ હતી, એવી શાંતિ, જે આંતરમનના હળવા સ્પર્શ જેવી લાગતી. એમનો સંબંધ પ્રેમ કરતાં પણ ઊંડો લાગતો — જ્યાં શબ્દોની જરૂર નહોતી, કારણ કે આંખો બધું કહી જતી. તેઓ એકબીજાના સ્વભાવ, મૌન અને અંદરની લાગણીઓ

સારી રીતે સમજતા. એમની સમજણ કંઈ ઓછી નહોતી — એ તો દિલથી થાય એવી સાચી ઓળખ હતી.

એમની વચ્ચે કોઈ પરિભાષામાં ન સમાય તેવું એક લાગણીભર્યું બંધન હતું.

કૉલેજ પછી વિક્રમના જીવનમાં નવી દિશા આવી. એણે જાહેરાતની દુનિયામાં પગ મૂક્યો. થોડા સમયમાં જ તે તેની તીક્ષ્ણ બુદ્ધિ અને સર્જનાત્મક વિચારો માટે ઓળખાવા લાગ્યો. એના કાર્ય પ્રત્યેની રુચિ અને નવિનતા તેના દરેક અભિયાનમાં દેખાઈ આવી, જેના કારણે તે ક્લાયન્ટ્સ માટે વિશ્વસનીય બન્યો. જ્યારે સમીરાએ થોડો સમય પોતાના માટે લીધો... થોડો સમય તેણે મેગેઝીન માટે કામ કર્યું. પછી તે ઘરમાં શાંતિથી રહેવા લાગી અને ધીમે ધીમે પોતાનું જીવન જીવવા લાગી. તે ફ્રીલાન્સ કામ કરતી રહી, થેરાપીમાં જતી રહી, આ દિવસો એણે મનમાં ઉત્પન્ન થતી શંકા, વિચારો અને પોતાની અંદર શું ચાલે છે તે સમજવામાં પસાર કર્યા.

સંપર્ક ચાલુ રહ્યો — ટેક્સ્ટ, વોઈસ નોટ્સ, ક્યારેક સાથે કોફી પીવી. પરંતુ બન્ને વચ્ચે કોઈક અદૃશ્ય અંતર વધી ગયું હતું. વિક્રમ સમજી શક્યો નહીં કે સમીરા માટે બપોરે શાંતિથી બેસીને શ્વાસ લેવું પણ એક સંઘર્ષ હતો. સમીરાએ કંઈ કહ્યું નહીં — કારણ કે એને 'બોજ' નહોતું થવું.

વિક્રમે પણ ક્યારેય વાત કરી નહીં કે પ્રમોશન પછી તેને પેનિક એટેક આવવા લાગ્યા હતા. લોકો તેને "સ્ટાર" માનતા, એટલે તે પોતાની કમજોરી કોઈને બતાવવા ડરતો. એને લાગતું કે મજબૂત દેખાવવું એની જરૂરિયાત છે — અને જો એ તૂટી જતો હોય, તો પણ એ વાત છુપાવી લેવી જરૂરી છે.

એક દિવસ વિક્રમને રાષ્ટ્રીય એવોર્ડ મળ્યો. સોશિયલ મીડિયા પર વખાણનો વરસાદ થયો — પોસ્ટ, સ્ટોરીઝ, ટેગ્સ... બધાં જ તરફથી અભિનંદન. સમીરાએ પણ લખ્યું, 'Proud of you.' પણ અંદરથી કંઈક ખાલી લાગતું રહ્યું. એ રાત્રે બન્ને

ડિનર માટે મળ્યા. ચહેરા પર હાસ્ય હતું, અંદર મૌન. વિક્રમનાં ચહેરા પર સ્મિત હતું, પણ આંખોમાં થાક છુપાયેલો હતો. સમીરાનું દિલ ધબકતું હતું, પણ શબ્દો હોઠ સુધી પહોંચતાં નહોતાં.

વાતચીત સહેજ અજીબ લાગતી હતી. સમીરા હસતી રહી, મજાક કરતી રહી — પણ એનું દુઃખ અંદર જ રાખ્યું. એને લાગ્યું કે પોતે કોઈ પર બોજ ન બને. વિક્રમ થાકેલો હતો, એને સમીરાના દિલની હાલત ખબર પડી નહીં.

"મજા તો આવી હશે ને?" સમીરાએ કહ્યું, "જ્યારે બધાએ તારી પ્રશંસા કરી હતી!"

"એનો અર્થ શું?" વિક્રમે પૂછ્યું.

"કઈ નહીં," સમીરાએ કહ્યું. પણ એના 'કઈ નહીં'માં બધું જ છુપાયેલું હતું. રાતે વિક્રમે ફોન કર્યો: "એવું કેમ લાગે છે કે તું હંમેશાં મારા પર ગુસ્સે હોય છે?" "એવું નથી," સમીરાએ કહ્યું, પણ એના અવાજ પરથી બધું સમજાઈ ગયું. પછી બન્ને વચ્ચે શાંતિ છવાઈ ગઈ. વાતચીત ઓછી થવા લાગી... મૌન વધી ગયું. બન્નેને લાગતું હતું કે સંબંધ પહેલા જેવો રહ્યો નથી, પણ એ વાતને કોઈએ છેડી નહીં.

સંવાદ તૂટી ગયો હતો. બન્ને એકબીજાની તરફથી અપેક્ષા રાખતા રહ્યાં, પણ કોઈએ પણ વાત શરૂ કરી નહીં. સમીરા બહારથી શાંત રહી, પણ અંદરથી તૂટી રહી હતી. વિક્રમને હવે સફળતા પણ થાક જેવી લાગી રહી હતી.
આ સમય દરમિયાન, બન્નેએ પોતપોતાનો ડાયરી લખવાનું શરૂ કર્યું — જેની પહેલાં તેઓ મજાક ઊડાવતા હતા. એક દિવસ સમીરાએ સંદેશો મોકલ્યો: "શું આપણે હજી એકબીજાને ઓળખીએ છીએ?"

ઘણાં કલાક શાંતિ હતી. પછી વિક્રમનો જવાબ આવ્યો: "ખબર નથી... પણ ઓળખવા ઈચ્છું છું. મળીશું?"

તેઓ ફરી મળ્યા.

કેફેમાં નહીં, પણ જૂની લાઈબ્રેરીની સીડીઓ પર — જ્યાંથી બધું શરૂ થયું હતું. સમીરાએ શરૂઆત કરી. અવાજ કંપતો હતો. "હું ગુસ્સામાં હતી... મારી જાત પર, દુનિયા પર. અને તારી સફળતા જોઈને મને ઈર્ષા થતી હતી. એ વાત કબૂલ કરવી સરળ નથી, પણ એ સમયમાં હું અંદરથી તૂટી રહી હતી."

વિક્રમે નજર નીચે કરી. "હું પણ ડરતો હતો. મને મારી મુશ્કેલીઓ વિશે વાત કરવી હતી, પણ લાગતું કે કહું તો હું અકૃતજ્ઞ લાગીશ. અને તારી ચૂપ્પી પણ મને ડરાવતી હતી."

થોડી ક્ષણ માટે બંને શાંત રહ્યા. કોઈ શબ્દ નહોતો બોલાયો, પણ એ મૌનમાં ઘણું બધું કહેવાઈ ગયું.

સમીરાએ ધીમે ધીમે નજર ઉંચી કરી. વિક્રમ તેની સામે જોઈ રહ્યો હતો — આંખોમાં ન સંભળાતો પણ સ્પષ્ટ જવાબ હતો "હું સમજું છું."

સમીરાએ ઊંડા શ્વાસ લીધા. એનો હાથ ટેબલ પર હતો. વિક્રમએ શાંત રીતે પોતાનો હાથ સમીરાના હાથ પર મુક્યો. એ પહેલી વાર ન હતું જ્યારે તેઓ મળ્યા હતા... પણ એ પહેલી વાર હતું જ્યારે તેઓ ખરેખર એકબીજાને સાંભળી રહ્યા હતા.

એ રાત્રે તેમણે બહુ વાતો કરી. હસ્યા... રડ્યા... માફી માગી. એમ કહ્યું કે તેઓ એકબીજાને મિસ કરતા હતા — શારીરિક રીતે નહીં, પણ માનસિક રીતે... મનથી... હૃદયથી.

બધું તરત ઠીક થઈ ગયું એવું નહોતું, પણ બંનેએ ધીરે ધીરે એકબીજાને ફરીથી ઓળખવાનું શરૂ કર્યું. ફરીથી સમજવાનું શરૂ કર્યું.

નવા રસ્તા શોધાયા. હવે દરરોજ અવનવી વાતચીત થવા લાગી. હાથથી લખેલી નાની ચિઠ્ઠીઓ મોકલવા લાગ્યા. દર અઠવાડિયે એક વોઈસ નોટ પણ મોકલતા. અને એક વચન આપ્યું — હંમેશા સાચું બોલીશું, અહંકાર વગર.

હવે હીલિંગ શરૂ થયું હતું... સમીરા પોતાનું લખેલું કાવ્ય વાંચતી, વિક્રમ શાંતિથી સાંભળતો અને ધીમી બોલીમાં કહેતો — "સુંદર છે. "ક્યારેક, વિક્રમ કામ બાદ ફક્ત એ પૂછવા ફોન કરતો: "તું કેમ છે?"

હવે પ્રેમ શબ્દોમાં નહોતો, પણ નાનકડી કાળજીમાં છૂપાયો હતો. એકબીજાને સાંભળવામાં, સમજવામાં... શાંતિપૂર્વક જોડાઈ જવામાં.

કોઈ લાલસા નહોતી. કોઈ શરત નહોતી. મિત્રતા એવી હતી કે જેને પ્રેમ શબ્દથી માપી ન શકાય.

દિવાળીની એક શાંત સાંજ, બન્નેએ પોતપોતાના ઘરમાં દીવો પ્રગટાવ્યો. સમીરાએ ફોન કર્યો: "એક દીવો ખાસ તારા માટે પ્રગટાવ્યો છે... શાંતિ માટે. મારી ગેરહાજરીમાં પણ તારા હૃદયમાં એ દીવાનો પ્રકાશ ફેલાય કરે."

પ્રેમ, જે દેખાતો નથી... પણ રોજ પ્રકાશ આપતો રહે છે.

વિક્રમનો અવાજ ભીનો હતો. "મેં પણ તારા માટે એક દીવો પ્રગટાવ્યો છે... શાંતિ માટે. તું ઘણું બધું સહન કરે છે." પ્રેમની વાત નથી થઈ, પણ પ્રેમ તો હતો જ — શાંત, સાચો અને હંમેશાં માટેનો.જ્યારે સમીરાના પિતાનું અવસાન થયું, વિક્રમ શોકસભામાં કાંઈ બોલ્યો નહિ, ફક્ત શાંતિથી સમીરાની બાજુમાં બેસી રહ્યો,એક હૂંફભરી હાજરી આપવા. વિદાય પછી, પિતાની સૌથી પ્રિય શાલ લઈને વિક્રમે સમીરાને આપી એણે કહ્યું "આ તારા ખભા પર રાખજે... જ્યારે ઠંડી લાગે, ત્યારે

એમનો સાથ લાગશે,".સમીરાની આંખોમાં આંસુ આવી ગયા. દુઃખથી નહીં, પણ એ ખુશીથી, કે કોઈ તેની લાગણીઓને શબ્દ વગર પણ સમજતું હતું.

વર્ષો વીતી ગયા. બન્ને પોતાની રીતે જીવતા રહ્યા. સમીરાનું બીજું પુસ્તક પ્રકાશિત થયું — હિલિંગ, એકાંત અને આત્મીય સંબંધો વિશે. પુસ્તકના સમર્પણમાં તેણે લખ્યું:

"વિક્રમ માટે — મારો કાયમી દર્પણ. તમે ક્યારેય મને બદલવાનો પ્રયાસ કર્યો નહીં, ફક્ત એવી જગ્યા આપી, જ્યાં હું હંમેશાં મારા જેવી રહી શકી."

પછી, જ્યારે વિક્રમે મેન્ટલ વેલનેસ માટે એક પહેલ શરૂ કરી, સમીરાએ તેનું મિશન સ્ટેટમેન્ટ લખ્યું:

"દુનિયાને એ યાદ અપાવવું જરૂરી છે કે સાચી તાકાત સખ્તાઈમાં નથી, પણ કોમળતામાં છે. અને સાચી સફળતા ત્યારે હોય,જ્યારે માણસ પોતાની લાગણીઓ સહજતાથી કોઈ સાથે વહેંચી શકે."
એક ઈન્ટરવ્યૂમાં પૂછાયું: “તમે કદી પ્રેમમાં પડ્યા નહોતા?” સમીરાએ હળવું સ્મિત કર્યું અને વિક્રમ તરફ જોયું.

"હા, પડ્યા હતા. પણ એ એવો પ્રેમ નથી જે ગીતોમાં ગવાય, એવો છે જે પ્રાર્થનામાં હોય છે."

વિક્રમની આંખો ભીની થઈ ગઈ. "અમે કદી એકબીજાના નહોતા બન્યા, પણ એકબીજાની સાથે ચાલવાનું પસંદ કર્યું."તેઓ કદી એકલા વૃદ્ધ થયા નહીં. ઘર અલગ હતા, શહેરો અલગ હતા... છતાં જીવન સાથે જીવ્યું. પ્રેમ નહીં — વાસના ભર્યો સંબંધ નહિ, ફક્ત શુદ્ધ મિત્રતા અને એકબીજાને સમજવાની વૃત્તિ..દુઃખમાંથી જન્મેલો સંબંધ, શાંતિ સુધીની યાત્રા બની ગયો.મિત્રતા આવી, જે આત્માનું આશ્રય બની ગઈ — જ્યાં વાત કરવી નહોતી પડતી, અને ખુશી બતાવવી નહોતી પડતી.

લોકો ક્યારેક પૂછે: "એટલાં વર્ષો સુધી તમે સાથે કેવી રીતે રહી શક્યા?" તેઓ હસતાં. ભીની આંખે એમ કહેતાં:

"જ્યાં વાત ફક્ત બોલાતી નથી, પણ લાગણીઓથી સાંભળવામાં આવે છે — ત્યાં સંબંધ તૂટતા નથી. એટલાં માટે અમે જોડાયેલા રહી શક્યા."કારણ કે અંતે, તેમનામાંનો પ્રેમ કદી શબ્દોમાં વ્યક્ત થતો નહોતો... પણ એ હાજર હતો — સ્થિર , સહનશીલ અને માનવીય.

અને જો કોઈ સાચું રહસ્ય પૂછે, તેઓ હંમેશાં નરમ પણ સ્પષ્ટ જવાબ આપતાં: "એકબીજાને ખરેખર સમજ્યા. એટલું જ."

એક પૌત્રી, બે હૃદય : દાદા-દાદી અને અનાયા

દાદા, વર્ષોનો અનુભવ દર્શાવતા સફેદ વાળ અને શાંત આંખો સાથે, હંમેશાં સાદગીમાં જીવતા. સવારે રેડિયોમાં ભૂપેન્દ્રસિંહના ભજન વાગતા. દાદા ભજન સાંભળતા અને બાજુમાં દાદી શાંતિથી કપડા વળતાં. દાદા ચા સાથે છાપુ વાંચતા, પછી થોડું ચાલવા જતાં. દાદી છોડને પાણી આપતા. બપોરે થોડી ઊંઘ લેતા. સાંજે હિંચકા પર ધીમી હલચલ સાથે જૂની યાદોમાં ખોવાઈ જતાં. ઘડીયાળની ટીક-ટીક વચ્ચે દાદીનો હળવો અવાજ અને દાદાનું શાંત સ્મિત—એમના જીવનની સાચી ઓળખ. એમના માટે સન્માન શબ્દોમાં નહીં, પણ સમજ અને શાંતિમાં હતું. અનાયાનો જન્મ ત્યારે થયો જ્યારે ઘરમાં બે પેઢીઓ વચ્ચેનો સંબંધ હળવે હળવે બંધાઈ રહ્યો હતો. દાદા-દાદી માટે અનાયા ફક્ત પૌત્રી નહોતી – એ તો એમના જીવનમાં ખુશબૂ ભરેલું નવું ફૂલ હતું. જન્મના પહેલા દિવસે જ દાદા મંદિર જઈને તેની માટે ખાસ પ્રાર્થના કરીને આવ્યા. દાદીએ એને પોતાના હાથથી નવડાવી હતી, રાત્રે લોરીઓ ગાઈ હતી અને મમ્મી ઊંઘી જાય ત્યારે અનાયાને પોતાની સોડમાં સુવાડીને શાંત કરતી. દાદી રોજ તેનું દૂધ ગરમ કરતી. અનાયા ઊંઘી જાય એ પહેલા, દાદી પંખો નાખતી, ચાદર ઓઢાડતી અને માથા પર હળવો હાથ ફેરવતી—દરેક હલનચલનમાં મમતા છલકતી.

એકવાર અનાયા બીમાર પડી. તાવમાં સૂઈ રહી હતી, ત્યારે દાદી આખી રાત તેની બાજુમાં બેસી રહી હતી. અને દાદા એની બાજુમાં બેસીને ધીમા અવાજે ભજન ગાતા—જાણે દરેક શબ્દ એને શાંતિ આપતો હોય. અનાયાની પ્રથમ છલાંગ, પ્રથમ

શબ્દ "દાદા", અને નાની ઉંમરે દાદીની સાડીની પાટલી પકડીને ઊભી થઈ એ ક્ષણ —એ પળો એમના જીવનનાં શ્વાસ બની ગયા હતા.

અનાયા એમની પૌત્રી, નવી પેઢીની છબી હતી—સ્વતંત્ર, ટેક્નોલોજીથી જોડાયેલી અને નવા વિચારોવાળી. તેનો દિવસ મોબાઈલ એલાર્મથી શરૂ થતો, એક કપ કોફી અને કૉલેજ માટે જલદી તૈયાર થઈ જવાનું. ફ્રી ટાઈમમાં ઈન્સ્ટાગ્રામ સ્ક્રોલ કરતી, કરિયરના દૃષ્ટિકોણથી ટેડટોક અને બ્લોગ્સ વાંચતી. તેના મિત્રો ગ્રીક ફૂડ પસંદ કરતા, અને તેનું ફેવરિટ "સોલો ટ્રાવેલ પ્લાનિંગ" હતું. પોતાની પસંદ મુજબ જીવતી.અનાયા પોતે પોતાનાં નિર્ણય લેવા માગતી—પરંતુ દાદા-દાદીને આ બધું ક્યારેક અજુક્તું લાગતું.

અનાયાના માતા-પિતા વચ્ચે પણ ઘણીવાર તણાવ રહેતો. પિતા, દાદાની જેમ શિસ્તમાં માનતા, પરંતુ માતા વધુ મૃદુ સ્વભાવની અને ખુલ્લા વિચાર ધરાવતી. ઘણીવાર અનાયાની કોલેજના મિત્રો, કપડાં અને રાત્રે મોડાં ફરવા જવા જેવા વિષયો પર તેમના વિચારોમાં મતભેદ થતો. એક દિવસ અનાયા મિત્રના જન્મદિવસે સાંજે પાર્ટી માટે ગઈ, ત્યારે પિતાએ કડક અવાજમાં કહ્યું: “ઘરના સંસ્કાર ભૂલી ગઈ છે?” એ સમયે માતાએ ધીમે જવાબ આપ્યો, “એ શીખી રહી છે... એની પોતાની એક અલગ દુનિયા છે.”

દાદા-દાદી આ બધું સાંભળીને શાંત રહેતા, પરંતુ એમને આ બધું દુઃખ પહોંચાડતું. જેમ-જેમ સમય પસાર થતો ગયો, ઘરમાં અનેક વખત અવાજ ઊંચા થવા લાગ્યા. અનાયાની માતા પોતાના સાસુ-સસરાની રીતો સામે નમ્રતાથી ઊભી રહેતી, પરંતુ એને લાગતું હતું કે પતિ તરફથી સ્ત્રી તરીકે પૂરતું સમર્થન મળતું નથી. દાદીએ ઘણી વાર ઉલ્લેખ કર્યો: “અમારા સમયમાં, વહુઓ એવા વાંધા ઉઠાવતી નહિ.” એ સાંભળીને અનાયાની માતા ગુસ્સામાં, મનમાં બબડ્યા કરતી.. દાદાને પણ સમજ

પડતી હતી કે જૂની પેઢીની ઉગ્રતામાં હવે નમ્રતાનો અભાવ થઈ રહ્યો છે, પણ બધાને જોડીને રાખવા માટે તેઓ પોતાના મંતવ્યો રજુ કરતા ન હોય. અનાયાને ક્યારેક લાગતું કે પરિવારમાં બધાને પોતાનું કહેવું છે, પણ કોઈને સાંભળવું નથી. એ તફાવત ફક્ત પેઢીઓમાં નહીં, પણ સંબંધોની અંદર લાગતો. એ કારણે જ એને દાદાની પાસે શાંતિ મળતી — જ્યાં સભ્યતા હતી, પણ શરત નહિ; સમજણ હતી, પણ ઉપદેશ નહિ.

એક દિવસ પરિવાર ભેગો થયો ત્યારે, અનાયા જીન્સ અને ક્રોપ ટોપ પહેરીને આવી. દાદા ઈચ્છતા કે અનાયા એમણે આપેલું સલવાર કમીઝ પહેરે. જમતી વખતે બધાં બેઠા હતા, અનાયા ફોનમાં વ્યસ્ત હતી —વોટ્સએપ પર સ્ટેટસ અપડેટ કરતી હતી. દાદાની નજર એના પર પડી, દાદા મનમાં વિચારવા લાગ્યા કે આ જનરેશન કોઈની ભાવનાઓને સમજતું જ નથી.” એમને એ દિવસો યાદ આવ્યા — જ્યાં પરિવારની બેઠકમાં વાતો અને જોડાણ હોતું. અનાયાએ દાદાની નજરમાં નિરાશા જોઈ, પણ એ સમજી ના શકી કે આ અણગમો શેનો હતો? પછી દાદાએ અનાયાને સંસ્કાર વિશે સમજાવવાનો પ્રયાસ કર્યો — વડીલોના માન વિશે બોલ્યા. અનાયા થોડી ભડકી ગઈ. “દાદા, હું તમને પ્રેમ કરું છું, પણ મારું વ્યક્તિત્વ અલગ છે. હું મારી રીતે જીવવા માંગું છું.”

દાદાનું મન ખાટ્ટું થઈ ગયું. એમને લાગ્યું કે અનાયા પોતાની જ ધરોહરથી દૂર જઈ રહી છે. બંન્ને વચ્ચે એક અદૃશ્ય અંતર ઊભું થયું. અનાયાને એ વાતનો એહસાસ થયો કે દાદાને કંઈક તો છે જે ગમ્યું નથી.

થોડીવાર પછી, અનાયાએ દાદાને કહ્યું, “ચાલો પાર્કમાં થોડી વાત કરીએ... ફક્ત તમે અને હું.” શાંતિથી ફૂલોના બગીચામાં બંને ચાલ્યા.

અનાયાએ કહ્યું કે સોશિયલ મીડિયા એના માટે મહત્વનું છે., કેમ એ રીતે રહેવું પસંદ છે. એણે એ પણ સમજાવ્યું કે સોશિયલ મીડિયા એની કેરિયર માં કઈ રીતે ભાગ ભજવે છે. “અનાયાએ દાદાને પૂછ્યું કે શું તમને એવું ક્યારેય લાગે છે કે કોઈ તમને સમજતું જ નથી?”

દાદાનું મન નરમ પડતું ગયું. એમણે પોતાનો યુગ યાદ કર્યો — જ્યારે પોતાના મન પ્રમાણે જીવવા માટે એમણે પણ પરંપરાને પડકાર આપ્યા હતા. એમણે સ્વીકાર્યું કે, “મેં પણ ક્યારેય બધું સહેજ સ્વીકાર્યું નહોતું.”

બંને એકબીજાની વાત સાંભળી શકે એવી જગ્યા પર પહોંચી ગયા. દાદાએ અનાયાની અંદરનો ઉમંગ અને પોતાના રીતે જીવવાની ઈચ્છા જોઈ. અનાયાએ દાદાના મૂલ્યો પાછળની ઊંડાણ સમજવી શરૂ કરી.એ દિવસોથી પછી, અનાયા અને દાદા વચ્ચે એક નવી સમજણ ઉદ્ભવી. અનાયાએ દાદા માટે એક હસ્તલિખિત પત્ર બનાવ્યો, જેમાં એણે પોતાના વિચારો રજૂ કર્યા, પોતે શું વિચારે છે એ વિશે ઊંડાણપૂર્વક રજૂઆત કરી—પોતે શું અનુભવે છે, શું શીખી રહી છે અને કેમ દાદાની શાંતિભરેલી હાજરી એની જીંદગીમાં ખાસ છે. દાદાએ એ પત્ર વાંચીને વળતો ટૂંકો જવાબ લખ્યો: "મને તું સમજી... એ મારા માટે પૂરતું છે."

અનાયાએ એક વખત દાદાને તેના કોલેજના કૉન્ફરન્સમાં આમંત્રિત કર્યા, જ્યાં તેણે જ્ઞાન અને ટેક્નોલોજી વિષે ભાષણ આપવાનું હતું. શરૂઆતમાં દાદા સંકોચમાં હતા, પણ અંતે જવા માટે માની ગયા—જ્યાં તેઓએ અનાયાને પોતાના શબ્દોમાં તેની અંદર છુપાયેલ સંવેદનશીલતા રજૂ કરતા સાંભળી. એ દિવસ પછી, તેઓએ રોજ સવારે એકબીજાને અરસપરસ સંદેશા મોકલવાનું શરૂ કર્યું—કોઈક વખત માત્ર એક શબ્દ: "શાંતિ", "સમજ", "પ્રેમ".

એક સાંજ દાદા પોતાનું જૂનું આલ્બમ લઈ બેઠા હતા. અનાયાએ એમની બાજુમાં બેસીને નમ્રતાથી પૂછ્યું, “આ ફોટા ક્યારનાં છે દાદાજી?” દાદાની આંખો ચમકી ઉઠી. ફોટા વચ્ચેના દરેક પ્રસંગ પાછળની કહાણી એમણે કહી, અને અનાયાએ હર્ષભરી હૂંફથી બધું સાંભળ્યું. એ ફોટોગ્રાફ્સ માત્ર સ્મૃતિ નહીં, પણ પેઢીઓ વચ્ચેનો પુલ બની ગયા.બીજા દિવસે અનાયાએ દાદાને એમની નિયમિત ચકાસણી માટે હોસ્પિટલ લઈ જવાના હતા.... દાદાને નાનું ઈન્ફેક્શન હતું, પણ અનાયાની સંભાળ જોઈને આખો સ્ટાફ આશ્ચર્યચકિત થઈ ગયો.દાદા એ મનોમન વિચાર્યું કે અનાયા ભલે વ્યક્ત નથી કરતી પણ એનામાં ખુબજ લાગણી અને હૂંફ ભરેલા છે...એમને સમજાયું કે પરંપરા અને આધુનિકતા એકબીજાના વિરોધી નથી—એ બંને સાથે રહી શકે છે. જ્યાં વાત ફક્ત બોલાતી નથી, પણ લાગણીઓથી સાંભળવામાં આવે છે—ત્યાં સંબંધ તૂટતા નથી. એટલાં માટે તેઓ જોડાયેલા રહી શક્યા.એમને ક્યારેક લોકો પૂછતા: “એટલાં વર્ષો સાથે કેમ રહી શક્યા?”

દાદા અને અનાયા હસતા, ભીની આંખે જવાબ આપતા: “કારણ કે અમે એકબીજાને ખરેખર સમજ્યા. એટલું જ.”ક્યારેક સંબંધ બચાવવા માટે બહેસ નહિ, ફક્ત મનથી સાંભળવું જ પૂરતું હોય છે.એ રાત્રે જ્યારે બધી વાતો પછી અનાયા દાદાની બાજુમાં બેઠી, ત્યારે હવામાન પણ જાણે નરમ પડી ગયું હતું. દાદાએ અનાયાનો હાથ પકડીને મીઠા અવાજમાં કહ્યું, "જીવન બધું સમજાવવા માટે નથી, દીકરી..."ક્યારેક ફક્ત 'સાંભળવા' માટે હોય છે.તું મને સાંભળે છે એ મને ખુબજ ગમે છે.થેંન્ક યુ."અનાયા દાદાજી સામે વહાલ થી જોઈ રહી,, તેની આંખો ભીની હતી. "દાદા... તમે પણ મને ખુબજ શાંતિ થી સાંભળો છો,અને મને સમજો છો,એજ તો મારી શાંતિ છે."હું કે તું ના વિવાદ હવે માન્ય નહોતા કરતા.એ સંવાદ હવે સંવાદથી આગળ, સંબંધ બની ચૂક્યો હતો.

એક વાતચીત જેટલું અંતર

રોહન અને પ્રિયાની કથા એક ટેક ફર્મના ઓફિસમાં શરૂ થઈ, જ્યાં ચોકસાઈ અને સમયમર્યાદાઓ પર ભાર પાડવામાં આવતો. રોહન, એક અનુભવી પ્રોજેક્ટ મેનેજર, જેણે શાંતિ અને કાર્યક્ષમતામાં શ્રેષ્ઠતા મેળવી હતી અને ટીમને અસરકારક પરફોર્મન્સ સાથે અગ્રતા પર રાખવાની તેમની આવડત ઓફિસમાં લોકપ્રિય હતી. પ્રિયા, એક શાંત અને ઊંડા વિચારો ધરાવતી સોફ્ટવેર ડેવલપર, જેણે તાજેતરમાં ટીમમાં નવા એમ્પ્લોયી તરીકે જોડાવા છત્તા પોતાના તકનીકી કુશળતા અને પ્રતિબદ્ધતા દ્વારા શ્રેષ્ઠ પ્રતિભાવ મેળવ્યો. રોહનને તેની ક્ષમતાને કારણે જટિલ અને મહત્વના, માનસિક તાણ ભરેલા પ્રોજેક્ટો પર કામ આપવાનું મેનેજમેન્ટે શરૂ કર્યું—એવા પ્રોજેક્ટો જેમાં ટેક્નોલોજી અને કુશળતાની જરૂર હતી.

પ્રિયા માટે કામ માત્ર નોકરી નહોતી, પોતાની ઓળખ ઉભી કરવાની એક તક હતી. દરેક પ્રોજેક્ટમાં એ પોતાનું સર્વશ્રેષ્ઠ આપતી રહી. છતાં ઘણીવાર એવું લાગતું કે કોઈને એની મહેનત દેખાતી નથી. જ્યારે બીજા લોકો આસાનીથી આગળ વધતા, એને અંદર અંદર દુઃખ થતું. પણ એ દુઃખને પણ એ પોતાની શક્તિ બનાવી લેતી. "એક દિવસ બધું બદલાશે," એ વિશ્વાસ સાથે આગળ વધતી.

સમય સાથે, પ્રિયાની અંદર શાંતિ કરતા વધુ એક શંકા ઉદ્ભવવા લાગી—શું હું મારી જાતને ભૂલી રહી છું? ઘરમાંથી મળતી ટિપ્પણીઓ કે મિત્રો સાથેનું અદૃશ્ય અંતર એ પ્રશ્નોને વધુ તેજ આપતું. છતાં, એ પોતાના નિર્ણયમાં મજબૂત રહી. એને

લાગતું કે એક દિવસ તો એ સાબિત કરી બતાવશે કે પોતાની ઈમાનદારી અને નિષ્ઠા ફક્ત વ્યક્તિત્વનો નહીં, સફળતાનો પણ આધાર બની શકે છે.

પરંતુ ધીમે ધીમે એક નવી સિસ્ટમ ઊભી થવા લાગી,—જેને પ્રિયાએ શરૂઆતમાં અવગણવાનો પ્રયત્ન કર્યો. જ્યારે તે કોમ્પ્લેક્સ સિસ્ટમ સુધારા અને ગ્રાહકોને લગતા અગત્યના બેકહેન્ડના કાર્યોમાં લાગેલી રહેતી, ત્યારે તેના સહકર્મીઓ ઘણીવાર સરળ ફેરફારો કે નાનીમોટી સુવિધાઓના સુધારાઓ પર કામ કરતા. તેઓ વચ્ચેમાં વિરામ લેતા, અઠવાડિયાની વાતો કરતા અને હળવાશ માણતા.

અને અહીં પ્રિયા ઘણીવાર લેટ નાઈટ છેલ્લે લૉગઆઉટ કરતી—અપાર થાક સાથે, સૂકી પડેલી આંખો અને મનમાં એક ગૂંચવાયેલી માનસિક તાણ ભરેલા દબાણની લાગણી લઈને.

તેને વધુ મુશ્કેલ બનાવનાર હતી તેની આસપાસની ચૂપચાપ થતી ટીકા-ટિપ્પણીઓ—સહકર્મીઓની એવી વાતો, જે ઝઘડાવાળી તો નહોતી, પણ દુખદ હતી."આ વખતે ફરીથી પ્રિયાને મહત્વપૂર્ણ કામ મળ્યું છે," કોઈએ કહ્યું. જાણે મઝાક ઉડાવતા હોય એ રીતે, "કદાચ આપણે બધા પ્રિયા બની જઈએ તો થોડું કામ મળશે!"

પ્રિયા હસતી રહી... પણ અંદરથી એ તૂટી જતી.જયારે એ ઓફિસમાં જોડાઈ ત્યારે માનતી હતી કે એક દિવસ બધાને એના પર ગૌરવ થશે—વિશ્વાસ બેસશે—આનંદ આવશે—પણ એ સ્વપ્ન હવે એકાંત અને વિમુખતા બની ગયું હતું. તે ધીરે ધીરે પોતાની જ ટીમથી અલગ પડતી જતી હતી.તેમ છતાં, તે બોલતી નહીં. તે વિચારતી કે આ સમય પણ પસાર થઈ જશે. કદાચ તેણે વધારે પ્રયત્ન કરવો જોઈએ. વધુ મજબૂત બનવું જોઈએ.

ઓફિસની બહાર, પ્રિયાનું જીવન મૌન અને એકાંતથી ભરેલું હતું. તાજેતરમાં જ તે શહેરમાં આવી હતી—પરિવાર અને નજીકના મિત્રો છૂટા પડી ગયા હતાં. તેના નાનકડા એપાર્ટમેન્ટમાં હમેશાં શાંતિ રહેતી, જ્યાં એ મધુર સંગીત વગાડતી.. એના માટે એ જ કામના દબાણમાંથી બહાર નીકળવાનો એકમાત્ર માર્ગ હતો.

પ્રિયા અઠવાડિયામાં એક વખત માતાને ફોન કરતી, પણ જ્યારે વાત તેના આંતરિક થાક કે માનસિક દબાણ તરફ લઈ જતી ત્યારે એ હળવેથી વિષય બદલી દેતી. એનું કેલેન્ડર એક પછી એક કામની યાદીથી ભરેલું હતું—ક્યાંય પણ રાત્રિભોજનનું આયોજન નહોતું, કોઈ મિત્ર સાથેના સમય માટે જગ્યા નહોતી.

એ એકાંતમાં ભટકતી રહેતી—અસહાય લાગણીના મૌન પડછાયાં લઈને અને અંદરથી એકલતા અનુભવતી.

રોહન, બીજી બાજુ, પોતાના પરિવાર સાથે હતો—એક સમજદાર પત્ની, બે નાનાં બાળકો અને ઘરમાં ખુશીના અવાજોથી ભરેલું વાતાવરણ. છતાં તેની સાંજ ઘણીવાર ઈમેઈલ અને નોટિફિકેશન્સથી ભીંસાઈ જતી.

તે પોતાના કાર્ય માટે ખૂબ જ પ્રતિબદ્ધ હતો અને માનતો હતો કે આ બધું ટીમના હિત માટે જરૂરી છે. પરંતુ તે સમજતો નહોતો કે એની 'મૌન પ્રતિબદ્ધતા'ની આડછાયામાં કોઈનું દિલ ધીરે ધીરે એકલું પડી રહ્યું છે.સમય જતાં, ટીમમાં કંઈક તૂટવા લાગ્યું હતું. વિશ્વાસની જગ્યા શંકાએ લઈ લીધી હતી.કેટલાકને લાગતું કે તેમની મહેનત અવગણાઈ રહી છે, જ્યારે કેટલાંક માટે પ્રિયાની સફળતા ભેદભાવ જેવી લાગતી હતી. નેહા, જે વર્ષોથી શાંતિપૂર્વક કામ કરતી રહી હતી, હવે પોતે પાછળ પડી ગઈ હોવાની લાગણી અનુભવી રહી હતી.

એક દિવસે તે ન રહી શકી અને ધીમા અવાજે પૂછ્યું: “દરેક તક પ્રિયાને જ કેમ મળે છે? શું બાકીના કોઈ મહત્વના નથી?” આ પ્રશ્નો ક્યારેય સીધા રોહન સુધી પહોંચતા

નહોતા—એ તો ફક્ત હળવી વાતચીતમાં, વોટ્સએપ ગ્રુપ ચેટ સંદેશાઓમાં અધૂરા અને મૌન વ્યંગમાં જીવી રહ્યા હતા.

ટીમ સામે એક મહત્વપૂર્ણ પ્રોજેક્ટ મૂકાયો—મલ્ટી-ફેઝ રોલઆઉટ, ટેકનિકલ પડકારો અને આંતરિક સંચાલન બંનેથી ભરેલો. આ દાયિત્વ સીધું પ્રિયાને સોંપાયું, કારણકે એની કાર્યક્ષમતા પર વિશ્વાસ હતો. એણે નમ્રતાથી કહ્યું કે એ પહેલેથી જ ઘણાં કામમાં વ્યસ્ત છે. પણ રોહન હળવાશથી હસ્યો અને કહ્યું, “જો કોઈ છે જે આ બધી જટિલતાઓનો સામનો કરી શકે, તો એ તું જ છે.” પ્રિયાએ એ શબ્દોને શુભેચ્છા તરીકે સ્વીકાર્યા. પણ એ અંદરથી ઉત્સાહિત નહોતી—એ માત્ર જવાબદારીમાંથી આગળ વધી રહી હતી, મજબૂરી સાથે.

પ્રિયા મોડી રાત સુધી કામ કરતી. ઊંઘ નહીં, ખોરાક નહીં—માત્ર જવાબદારીઓ અને ચર્ચાઓ. અર્ધી રાત સુધી સ્લાઇડ બનાવવાની તૈયારીઓ, સતત મિટિંગ્સ, અનોખી ઊર્જા વચ્ચે એ જાણતી હતી કે પોતે બર્નઆઉટની હદે પહોંચી રહી છે. પણ જવાબદારીની લાગણી એને આગળ ધપાવતી રહી અને પછી એક ક્રૂશિયલ ટર્નિંગ પોઈન્ટ આવ્યો. તે ડેમો, જે માટે એ દિવસે- રાત લાગી રહી હતી—એ રદ કરવો પડ્યો. બેકએન્ડની ભૂલ, જે QA દરમિયાન સામે આવી, તે જે ડેમો માટે સતત તૈયારી કરતી હતી, તેને મુલત્વી રાખવો પડ્યો. એ ભૂલ પૂરી રીતે એની નહોતી. પરંતુ જવાબદારી એની હતી. ફાઇનલ રિવ્યૂ મીટિંગમાં, રોહનનો અવાજ ઝૂમ વિડિઓ કોલ પર તીખો અને નિર્દય લાગ્યો. એને એમ હતું કે જ્યાં એને સમજવાની જરૂર હતી, ત્યાં શંકા થઈ. એના મૌનના અર્થ કોઈ સમજી શક્યું નહિ.“મને તારા તરફથી વધુ અપેક્ષા હતી, પ્રિયા.”માત્ર એ સાત શબ્દો. પણ એ શબ્દો જાણે આખરી નિર્ણય જેવા લાગ્યા.એ રડી નહિ. કોઇ પ્રતિક્રિયા આપી નહિ. તેણે વિડિઓ કેમેરા બંધ કર્યો, પોતાને મ્યૂટ કરી દીધી અને સ્ક્રીન સામે શૂન્ય દ્રષ્ટિથી જોઈ રહી. શૂન્યતા.

એ સાંજ, એ પોતાને ઘરમાં એકલી બેસી રહી. ખાવાનું પણ ખાધું નહિ. એના મનમાં વારંવાર એ ઝૂમ મીટિંગના દ્રશ્યો વાગોળાતાં રહ્યા. બધું જે તેણે કર્યું—રાત-દિવસના ઉજાગરા, અતૂટ પરિશ્રમ—એનો અંત આવો?

એ દિવસ પછી, અંદરથી કંઈક તૂટી ગયું. પ્રિયાએ મિટિંગમાં સૂચનો આપવાનું બંધ કરી દીધું. વધારાની મહેનત કરવાની બંધ કરી દીધી. એ પોતાનું કામ તો કરતી રહી, પણ એમાં હવે ન ત્વરિત્તા હતી, ન કોઈ લાગણી.બપોરે લંચ દરમિયાન એ નોકરી શોધતી વેબસાઇટ્સ ખોલવા લાગી. કદાચ હવે સમય આવી ગયો હતો—માત્ર ટીમને છોડવાનો નહીં, પણ આખી કંપની છોડવાનો. એને લાગતું હતું—એ અજાણી બની ગઈ છે. ઉપયોગમાં લેવામાં આવી છે. અને સૌથી દુઃખદ વાત—એને કોઈ સમજતું નથી.

આ તરફ, રોહને એ બદલાવ જોયો. પ્રિયાની જુસ્સા ભરેલી આંખો હવે વિલિન થઈ ગઈ હતી. આખી ટીમનો માહોલ ભારેલો લાગતો. કામ પૂર્ણ તો થઈ રહ્યું હતું, પણ ઊર્જા ક્યાંક ખોવાઈ ગઈ હતી. એ વિચાર કરવા લાગ્યો—શું મેં એની ઉપર વધારે દબાણ તો નાખ્યું નથી? શું હું કશુંક ચૂકી ગયો?

એણે એ મિટિંગ ફરી યાદ કરી—જ્યાં એણે સહેલાઈથી તે શબ્દો ઉછાળી દીધા. એ સમયે એ માત્ર નારાજગી વ્યક્ત કરવા માટે કહેલું લાગ્યું. પણ હવે... એણે એ જ વાત નવા દૃષ્ટિકોણથી જોઈ.

શું એણે ભાન વગર એ બધું અવગણ્યું, જે પ્રિયા અંદરથી સંભાળી રહી હતી? રોહને એકલા મળી શકાય એ રીતે એક મિટિંગ શેડ્યૂલ કરી. પ્રિયાએ સૂચના વાંચીને થોડા સમય માટે સ્ક્રીન સામે ચૂપ બેસી રહી.

એના મનમાં ઉદાસ નિરાશા સાથે વિચાર ઉઠ્યો: "શું કહું હવે? શું બદલાશે હવે?" એણે બટન પર હાથ મુક્યો... પણ દબાવ્યું નહીં.પણ જિજ્ઞાસા અને કદાચ આશાની નાની ઝાંખી એ એને રોકી રાખી.

તેમની મુલાકાત એક શાંત રૂમમાં થઈ. કોઈ અવાજ નહોતો, કોઈ સ્ક્રીન નહીં, માત્ર બે માણસો અને વચ્ચે મૌન—જેમા અસંખ્ય અજાણ્યા શબ્દો દબાઈ ગયા હતાં.

રોહને શરૂઆત કરી—ન તો ટીકા સાથે, ન તો ઉકેલ સાથે, પણ કંઈક અલગ લાગણી સાથે.

"મને લાગે છે, કદાચ મેં જાણતાં-અજાણતાં તને વધુ મુશ્કેલીમાં મૂકી દીધી," એણે ધીમા સ્વરમાં કહ્યું. "મારે સાચે સમજવું છે કે હું ક્યાં ખોટો છું."

પ્રિયાનું મન તુરંત ન ખુલી શક્યું. પણ એ શબ્દોએ અંદર ક્યાંક એક બંધ થયેલું દ્વાર ખોલી નાખ્યું.એ બોલવા લાગી—શાંતિથી, ખરા હૃદયથી.એણે રોહનને કહ્યું કે એને ઉપર કેટલો ભાર હતો—અનગણ્યા પ્રોજેક્ટ, સતત દબાણ અને સતત અંદરથી એકલતાનો બોજ. એણે જણાવ્યું કે એ માત્ર ત્યારે જ નજરમાં આવે છે જ્યારે કંઈ ખોટું થાય. સારું કરેલું ક્યારેય દેખાતું જ નથી. એણે એવું પણ ઉમેર્યું કે તે મને ક્યારેય પૂછ્યું નથી કે હું કેમ છું—એમ લાગતું કે હું માણસ નહિ, માત્ર કામ કરતી મશીન છું. અને આખરે, એણે ધીમેથી કહ્યું: "તારા એક વાક્યે મને અંદરથી તોડી નાખી. "જ્યારે તું બોલ્યો કે 'મને વધુ અપેક્ષા હતી', ત્યારે મને લાગ્યું કે તું મને સમજી જ ન શક્યો.""એવું લાગ્યું કે તું બધું જોઈ રહ્યો હતો, છતાં પણ મને ક્યારેય સમજી શક્યો નથી... મારી અંદર શું ચાલી રહ્યું છે એનો અંદાજ પણ નથી."

રોહને કોઈ બચાવ કર્યો નહીં. એ શાંતિથી દરેક વાત સાંભળતો રહ્યો. અને પછી એણે માફી માંગી—ડેડલાઇન માટે નહીં, પણ એ માટે કે એ પ્રિયાને સમજી શક્યો નહીં. એ એક વાતચીતે બધું બદલી નાખ્યું—શબ્દો વચ્ચે જે મૌન હતું, એમાંથી એક

નવી શરૂઆત જન્મી. રોહને પાછું વળીને જોયું—એના નેતૃત્વના રીતભાત પર પુનર્વિચાર કર્યો. જૂની રીતોને છોડીને નવી દૃષ્ટિ અપનાવી. એણે નિયમિત વ્યક્તિગત મિટિંગ્સ શરૂ કરી—માત્ર કાર્યક્ષમતા માટે નહીં, પણ કામ કરતી વ્યક્તિને સાચી રીતે ઓળખવા માટે. એ મિટિંગ્સમાં હિસાબ નહીં, સંબંધો શોધવા લાગ્યો. તેને સમજાયું કે સફળતા ફક્ત ડેડલાઇનથી નહીં, પણ સમજાવટ અને સહકારથી પણ આવે છે. એણે મહત્વના પ્રોજેક્ટ માટે રોટેશનની નીતિ અમલમાં મૂકી, જેથી કોઈ એક પર વધુ ભાર ન આવે. મિટિંગ્સમાં હવે માત્ર પરિણામ નહીં, પણ પ્રયત્નની પણ કદર થતી. આ ધીમી ક્રાંતિથી આખી ટીમમાં ફરીથી ઉત્સાહ વહેવા લાગ્યો. ટીમ ફરીથી જીવંત દેખાઈ. અને મહિનાઓ બાદ, ટીમ ફરીથી હસવા લાગી.

પ્રિયા રહી ગઈ—કારણ કે સંસ્થાએ ફક્ત એક કર્મચારી નહીં, પણ એક વ્યક્તિને ઓળખી હતી. એ હવે નેતૃત્વના નાનાં, પણ અર્થસભર પગલાં ભરી રહી હતી. એ નવી ટીમ માટે મેન્ટોર બની, અને એવું વાતાવરણ ઊભું કરતી, જ્યાં કોઈ ભય વિના પોતાના વિચારો વ્યક્ત કરી શકે. એણે રોહન સાથે મળીને એક વર્કશોપ શરૂ કર્યું—“કાર્યના પરિપ્રેક્ષમાં માનવતા.” એમણે પોતાની કહાની કહી—જીત કે હાર તરીકે નહીં, પણ એક મનુષ્યની અંદરની યાત્રા તરીકે. યાત્રા જેમાં ભૂલ હતી, મૌન હતું... અને અંતે, સમજૂતી હતી.

એમણે પોતાની ટીમને સંદેશ આપ્યો:

“જ્યારે થાક લાગે ત્યારે કહો. સહાય માંગો—એ શરમ નથી, એ શક્તિ છે. પ્રતિસાદને ફક્ત સુધાર માટે નહિ, સંબંધો માટે પણ જોવો.”

વિશ્વાસ ફરી વહેવા લાગ્યો... ધીમે ધીમે, પણ સાચા અર્થમાં. ટીમની ગતિ હવે માત્ર કાર્યક્ષમતા પર નહીં, સંબંધો પર આધારિત બની ગઈ.નેહાને તક મળી નેતૃત્વની,

બીજાઓને પણ નિર્ણય લેવાના હક મળ્યા. એક શાંત પરિવર્તન શરૂ થયું—જેનો આધાર માત્ર લક્ષ્યાંકો નહીં, પણ સમજ અને સહાનુભૂતિ પર હતો.

પ્રિયા આજે જ્યારે ભૂતકાળ તરફ પાછું વળીને જુએ છે, ત્યારે સમજાય છે— કદાચ ભાર કામનો નહોતો... એ તો મૌનનો ભાર હતો, જુસ્સા પાછળ દબાયેલા અશ્રુનો ભાર હતો, જેના કારણે એ દિન પ્રતિદિન અંદરથી તૂટી રહી હતી, છતાં બહારથી મજબૂત દેખાવું પડતું હતું. અને રોહન? એને હવે સાચું નેતૃત્વ સમજાયું છે કે નેતૃત્વ ફક્ત કાર્ય વહેંચવું એજ નથી—એ છે, લોકોના હૃદય સુધી પહોંચવાની ક્ષમતા, લોકોના મનને સમજવાની આવડત. પરંતુ આખરે એ અંતર હતું માત્ર એક સાચી વાતચીત જેટલું. અને એ વાતચીતે... બંનેને બદલી નાંખ્યા.

હું અને તું... હવે આપણે

ભાઈ-બહેન ની સ્પર્ધા, સમજ અને ફરીથી જોડાણની વાર્તા

ભાઈ-બહેન વચ્ચેની સ્પર્ધા ઘણીવાર ધીમે રહી ને અજાણતાં જ શરૂ થાય છે. નેહા અને કરણ માટે પણ એમ જ થયું. ઘરમાં નાની-નાની તુલનાઓ થતી—ડિનર ટેબલ પર, એકના સારા કામ કે ગુણ માટે તાળીઓ પડતી તો બીજા ને ઠંડો પ્રતિસાદ મળતો.

“નેહાને ફરીથી A ગ્રેડ મળ્યો, શાબાશ!” ની બૂમો પાડતી એની મમ્મીએ એનો બરડો થાબડ્યો.

કરણ જમતાં જમતાં બહુજ ધીમા અવાજે બોલ્યો, “મને હિસ્ટરીમાં આ વખત, ગઈ વખત કરતા વધારે માર્ક્સ મળ્યા છે....” જાણે એ પણ શાબાશીની અપેક્ષા રાખતો હતો.

એના પપ્પાએ એની સામે જોયા વગર જ કહ્યું, “સારું છે, પણ તું નેહાનુ રિઝલ્ટ જો અને શીખ કઈ.” અને ફરીથી એ નેહાના વખાણ કરવા લાગ્યા.

મા-બાપનો ઈરાદો ખરાબ નહોતો, પણ જાણતા-અજાણતા એક પક્ષપાત થવા લાગ્યો હતો.

નેહા શાળામાં ખુબજ ઝળહળતી અને ઉત્તમ રિઝલ્ટ લાવતી. કરણને કલામાં, સંગીતમાં અને પોતાનામાં છુપાયેલા શોખમાં આનંદ મળતો—પણ એ બાબતોની ઘરમાં ભાગ્યેજ ચર્ચા કરવામાં આવતી.માતા-પિતાએ બંનેને હંમેશા સરખો પ્રેમ

આપવાનો ખૂબ પ્રયાસ કર્યો.બાળપણમાં સૂતી વખતે વાર્તાઓ, જોડાણવાળી ગેમ્સ, "સિબ્લિંગ મિશન" જેવી મજાની પ્રવૃત્તિઓ.માતાની ટિફિન સાથે નાની નોટ્સ—“નેહા, તારા ભાઈની વાત સાંભળજે.” “કરણ, તારી બહેનને ઉત્સાહ આપજે.”અને એ બધા પ્રયત્નોએ થોડા વર્ષ સુધી ખૂબ સારું કામ કર્યું. નેહા અને કરણ એકબીજાના મિત્ર જેવા બની ગયા હતા. એકબીજાને મજાકથી ચીડવતા, સાથે સાઈકલ ચલાવતા, હોટ ચોકલેટ પીતા. એક વાર કરણે નેહાના રૂમમાં ગેલેક્સી પેઈન્ટિંગ કર્યું હતું. એજ રાત્રે નેહાએ પણ કરણની કવિતા ફરી લખવામાં મદદ કરી.પણ શાળાના છેલ્લા વર્ષોમાં દબાણ વધી ગયું. નેહાને એવોર્ડ મળતા ગયા. કરણ થોડો પાછળ રહી ગયો.પછી આવ્યું સ્કોલરશિપ—બન્નેએ એ માટે અરજી કરી.“તું પણ કરશે?” – નેહાએ પૂછ્યું. “હા. કેમ નહિ?” – કરણે તીખાઈથી જવાબ આપ્યો.

પછીના અઠવાડિયા શાંત રહ્યા. બાઈક રાઈડ્સ બંધ. એકબીજાની મજાક કરવાનું બંધ. ડિનર પર પણ શાંતિ. અને પછી નેહાને સ્કોલરશિપ મળી ગઈ. માતા-પિતા ખુશ. પણ કરણ રૂમના ખૂણે ઊભો રહ્યો. એ ધીમેથી બોલ્યો, “મેં પણ મહેનત કરી હતી...”

નેહાએ પૂછ્યું, “શું?” એ બોલ્યો, “કશું નહિ. તું ક્યારેય સમજશે નહીં.” તે રાત્રે મમ્મી રસોડામાં ઉભી રહીને વિચારવા લાગી. “શું આપણે કાંઈ ખોટું કર્યું?” પિતાએ કહ્યું, “આપણે શ્રેષ્ઠ પ્રયાસ કર્યો. પણ કદાચ, કરણે સાંભળ્યું નહિ.”

ડિનર શાંત. કરણ નાસ્તા માટે આવતો નહોતો. નેહા જોતી, દરવાજો બંધ. હેડફોન પહેરેલા. એક રાત્રે, પિતાએ નેહાને સ્કેચ કરતા જોયું. “હજી જાગે છે?” “હા... બસ...” “એન્જિનિયરિંગ ઓરિએન્ટેશન છે આવતીકાલે.” નેહાએ કહ્યું, “પપ્પા...

જો મારે એન્જિનિયર ન બનવું હોય તો?" "એટલે?" પપ્પાએ આંખો પહોળી કરતાં આશ્ચર્યથી પુછ્યું. "નેહા," એ ડરતાં ડરતાં કહ્યું, "પપ્પા, મારે કલાકાર બનવું છે."

"નેહા તું હોશિયાર છે, કલાકારની કોઈ કેરિયર નથી હોતી, એ માત્ર ટાઈમપાસ છે." તેની આંખોમાં પાણી આવી ગયા. "નેહા એ એના પપ્પાને કહ્યું કે મારે જે બનવું છે એ મારી ઈચ્છા છે, પણ તમે તમારી ઈચ્છા મારા પર થોપો છો." આંખોમાં આંસુ સાથે ઢીલા અવાજે એને કહ્યું, "મારે તો બસ એ જ કહેવું છે... કાશ કોઈ તો મને સમજી શકે."

નેહાના પપ્પાએ જ્યારે આ સાંભળ્યું ત્યારે એમને એ શબ્દોમાં કરણનો અવાજ સંભળાયો, કે જાણે કરણ પણ વર્ષોથી આજ વાત કહેવા માંગતો હતો. તે રાત્રે પિતાએ માતાને કહ્યું: "અપણે કંઈક ભૂલી ગયા. અપણે તેમને સફળ થવાનું શીખવાડ્યું, પણ ક્યારેય નથી કહ્યું કે તેઓ જેમ છે તેમ જ યોગ્ય છે. અપણે એમની ઈચ્છાઓ ક્યારેય જાણી જ નહિ."

અગામી સપ્તાહે, માતા-પિતાએ ઘરેલું મિટિંગ બોલાવ્યું."અમે ભૂલ કરી," માતાએ કહ્યું.

"કરણ, અમને માફ કરી દે, અજાણતા અમે તને હંમેશા તું નેહા કરતા પાછળ છે એવો જ અહેસાસ કરાવ્યો. નેહા, અમે તને ક્યારેય નથી પૂછ્યું કે તું શું ઈચ્છે છે?" કરણ બોલ્યો, "મને માત્ર એ લાગ્યું કે હંમેશાં નેહાની જ વાત થાય છે." નેહાએ કહ્યું, "મને માફ કર. મેં તને અવગણ્યો. મને ખબર પણ નહોતી કે તું દુઃખી હતો." કરણ ધીમેથી બોલ્યો, "હું પણ મહત્વ રાખું છું." નેહાએ સ્મિત સાથે કહ્યું, "હા, તું રાખે છે. અને હંમેશાં રાખીશ." પિતાએ નેહાને પૂછ્યું, "તને કલાકાર બનવું છે?" તેણીએ માથું હલાવ્યું. "ચાલ, અમે એ તરફ વિચારીએ. તારો આનંદ મારા ભય કરતા વધુ અગત્યનો છે।" ઘરનું વાતાવરણ બદલાયું. તરત નહીં. પણ હળવે હળવે. કરણ

પોતાનું મ્યુઝિક નેહાને સંભળાવતો. નેહાએ દોરેલા પિક્ચર્સ તેના પપ્પાએ ફ્રેમ કરાવ્યાં, જે નેહાએ લિવિંગ રૂમમાં લગાવ્યા.

દર રવિવારે હોટ ચોકલેટ પીવાનું પાછું ચાલુ થયું.—હવે દર વખતે ત્રીજો ગ્લાસ ભરાતો એમની મમ્મી માટે.. જ્યાં એક સમયે સ્પર્ધા હતી, હવે ત્યાં માન અને આદર ઊભા થયા.. જયારે પણ મનમાં અજ્ઞાત ભય ઊભો થતો— નેહાને પોતાનાં સપનાઓ વિશે શંકા થતી, કે કરણને પોતાની મહત્વતાને લઈને પ્રશ્નો આવતાં—એ સમયે તેઓ એકબીજાની સાથે ઊભા રહેતા.એમના ઘરનું વાતાવરણ એવું બન્યું હતું કે "કોઈ મને સમજે છે?" એ પ્રશ્નને કોઈ સ્થાન નહતું. હવે એ પ્રશ્ન માટે સાચો જવાબ હતો—હા, કોઈ તો છે જે સમજે છે.

અલગ હતા,પણ હંમેશા સાથે

ભિન્નતાને સ્વીકારતી ભીની સફર

મારું માનવું હતું કે પ્રેમથી આખી દુનિયા જીતી શકાય છે. પણ પછી હું એવી વ્યક્તિ સાથે જોડાઈ ગઈ, જેના પ્રેમે જ મને એ સમજાવ્યું કે પ્રેમ અને પરંપરાની વચ્ચે પણ સરહદ હોય છે.

મને ખબર પણ નહોતી કે મારા જીવનમાં શું ખૂટે છે. રાહુલમાં એ બધું જ હતું જેની હું શોધમાં હતી. તે જિજ્ઞાસુ હતો, આત્મવિશ્વાસથી ભરેલો અને પોતાની રીતથી જીવે એવો. તેમાં ઉત્તર ભારતની ખૂશબુ અને ઉન્મુક્તતા હતી—મોજમસ્તીથી ભરેલો. હું પરંપરા અને શ્રદ્ધાથી ભરેલું દક્ષિણ ભારત હતી— શાંતિ, પરંપરા અને સૌમ્યતા. મારી સાડીના દરેક તંતુમાં પરંપરા અને શ્રદ્ધા વણાયેલા હતા.

જ્યારે તે મારા પરિવાર સાથે મળ્યો, ત્યારે લાગ્યું કે બધું એકદમ સુંદર છે—જાદુભર્યું. પણ થોડી જ વારમાં, એ સુંદરતાની અંદર છુપાયેલી તિરાડો પણ દેખાઈ આવી.તે પૂજા માટેનો પહેરવેશ એ રીતે પહેરીને આવ્યો હતો જાણે એક ફેશન શો માટે પહેર્યા હોય. પૂજાઓની વાત થઇ ત્યારે મજાક ઉડાવી. દાદીના વર્ષો જૂના ભરોસાને 'આઉટડેટેડ' કહીને દાદીની માન્યતાઓને જૂની ગણાવી. એ રાતે મારી આંખો અરીસા સામે હતી, પણ નજર ક્યાંક અંદર જઈ રહી હતી... અને મને મારી જ અંદરથી એક પ્રશ્ન ઊઠ્યો: "શું આ દુનિયામાં કોઈ છે જે મને સમજી શકે?" મેં એને કઈ કહ્યું નથી.. હું એમ જ માનતી હતી કે એ બધું સમજી જશે. પણ એ સમજી શક્યો નહીં. જેમ જેમ અમે લગ્નની પરંપરાઓ અને પરિવારીક માન્યતાઓ વિશે

અણબનાવ અનુભવતા રહ્યા, તેમ તેમ હું એ જ સંબંધમાં વધુ એકલતા અનુભવતી ગઈ. અમે એકબીજાને ખૂબ પ્રેમ કરતા. પણ અમે ભૂલી ગયા કે પ્રેમને પણ સમજાવવા માટે શબ્દો જોઈએ—જ્યાં સંસ્કૃતિ જુદી હોય, ભૂતકાળ જુદો હોય, અને અજાણ્યા ભય વચ્ચે શબ્દો જે કદી બોલાયા જ ના હોય, ત્યાં આ બધું થવાનું જ હતું.એક દિવસ, મહેમાન યાદી અને વિધિઓ વિશેની ઉગ્ર ચર્ચા દરમિયાન, તેણે થોડું ચીડાઈને કહ્યું: "આઈશા, બધું તું જેવું કહે એવું જ કેમ હોવું જોઈએ?"હું એટલી અકળાઈ ગઈ કે બોલી ઊઠી: "કારણ કે મારી રીત સિવાય મેં બીજું કશું જ જાણ્યું નથી! કારણ કે એ મારે માટે મહત્વની છે. અને હા—એ જ મારી ઓળખ છે!" તે મૌન રહ્યો, અને હું પહેલીવાર રડી. એ માટે નહીં કે તેણે સમજવાની કોશિશ નહોતી કરી, પરંતુ એ માટે કે મેં એને સમજાવવાનો પ્રયત્ન જ કર્યો નહોતો—મને તો બસ એ આશા હતી કે એ બધું જાતે જ સમજી જશે. જ્યારે હું પહેલીવાર તેના ઘેર ગઈ અને લોહરીની સાંજે એનાં ઘરમાં એને ગર્વભરેલી આંખો જોઈ—એની મમ્મી લોકગીતો ગાઈ રહી હતી અને કાકા મગફળી ભુંજતા—ત્યાં સુધી મને ખબર જ નહોતી પડી કે હું શું સમજવામાં ચૂકી ગઈ હતી. તેની સંસ્કૃતિ મારી કરતાં ઓછી નહોતી... એ તો બસ મારી સંસ્કૃતિથી જુદી હતી.અમે ભૂલોમાંથી શીખીને સંબંધ ફરીથી ઊભો કર્યો—એકદમ શરૂઆતથી.અમે જીતવા માટે ઝઘડવાનું બંધ કર્યું. અમે એકબીજાની વાત સાંભળવા લાગ્યા. અણસમજ વચ્ચે રડ્યા અને એકબીજાની ભિન્નતાઓમાં નાચ્યા. અમારું લગ્ન એક ઉમંગથી ભરેલું મિશ્રણ હતું: ચમેલી અને રજનીગંધાના ફૂલોની શોભા, લગ્નના દિવસે વિવિધતાનું સૌંદર્ય જોવા મળ્યું, ઢોંસા અને ચાટની મીઠાશ અને સંસ્કૃત મંત્રોના શાંતિભર્યા ઝંકાર સાથે પંજાબી સંગીતનો ધમાલ. એ સંપૂર્ણ નહોતું... પણ એમાં 'અમે' સાથે હતાં. લોકો કહે છે કે પ્રેમમાં ધીરજ હોવી જોઈએ. પરંતુ કોઈ કહેતું નથી કે એ ધીરજ ક્યારેક એવા અંધકાર જેવી બને છે, જ્યાં લાગે કે આપણે તો પહેલેથી જ ભૂલાઈ ગયા છીએ. એ મારા જીવનનો

એક અંતરિયાળ પ્રકાશસ્તંભ હતો — જે દૂર તો હતો, પણ હંમેશા મને મારી દિશા બતાવતો રહ્યો નરમ, સ્નેહભર્યો, પણ હંમેશા એટલો દૂર કે આંખો મીંચ્યા વિના સ્પષ્ટ જોઈ શકાય નહિ. અમે મુંબઈના એક પ્રોજેક્ટ દરમિયાન મળ્યાં. એ ક્ષણ કંઈક અલૌકિક હતી, કંઈક એવું ખાસ કે શબ્દોમાં સમજાય નહીં, અમારી મુલાકાત એક ઝગમગતા વીજળીના પ્રકાશ જેવી હતી, જે એક જ ઝબકારામાં અમારા બંનેના દિલમાં લાગણીરૂપ રોશની પાથરી ગઈ.. પછી એ પોતાના શહેર ચાલ્યો ગયો, અને હું મારા શહેર—સિંગાપુર પરત ફરી ગઈ, જ્યાં ઈમારતો વાદળોને સ્પર્શ કરતી હતી, પણ મારી રાતો એકલતાને.શરૂઆતના થોડા મહિના અત્યંત ખાસ હતાં. શરૂઆતમાં બધું પ્રેમથી ભરેલું હતું. દરરોજના ટૂંકા મેસેજથી માંડીને લાંબી વાતો, અચાનક આવેલા જમવાનાં પાર્સલ, અને વીડિયોકોલ પરની સ્નેહસભર મીટિંગ્સ. અમે વચનો આપ્યાં, અમે ભવિષ્યના સપનાઓ જોડ્યાં— સાથે જીવવાના અને ક્યારેય છૂટા નહિ પડવાના પણ ધીમે ધીમે અંતર વધતું ગયું. અંતર હવે માત્ર દૂરીનું નહોતું — એ હવે સમજણના અભાવનું બન્યું. જીવનના રસ્તા હવે અલગ દિશામાં વહેવા લાગ્યા. સંવાદ ઓછા થયા, કોલ ટૂંકા થયા, અને મારું દિલ ધીમે ધીમે એકલું પડતું ગયું. હું એની આંખોમાં જોતી અને વારંવાર પૂછતી, "શું બધું સાચે જ ઠીક છે આપણી વચ્ચે?" એ હસીને જવાબ આપતો, "તું જરૂર કરતા થોડું વધારે વિચારે છે." હા, કદાચ હું વધારે પડતું વિચારતી હતી... પણ એ સાથે હું ઘણું ઓછું પણ અનુભવી રહી હતી, તેના તરફથી ઓછા પ્રયત્નો, મને ઓછો સમય આપવો, દિવસો સુધી એકધાર્યું એનું મૌન રહેવું. મારો જન્મદિવસ આવી ગયો.એનો મેસેજ માત્ર એટલો હતો: "માફ કરજે, તારો ફોન મિસ થઈ ગયો. મીટિંગ લાંબી ચાલી." હું રડી નહોતી... બસ બારી પાસે બેસી રહી, શહેરના અવાજોની વચ્ચે પોતાને ભુલાવતી રહી — એ અવાજને દફન કરતાં, જે ક્યારેય બોલાઈ જ શક્યાં નહોતાં. ક્યારેક કોઈ એવી રાહે મળે... જે તમને થોડું સ્મિત પાછું આપી જાય.

જ્યારે મેં આરવને કહ્યું કે હું કેટલી એકલી અનુભવું છું, ત્યારે એ ફક્ત મને જોતો રહ્યો. અને પછી ધીમેથી કહ્યું, “કદાચ આપણે એના માટે લડી રહ્યા છીએ, જે આપણે પહેલેથી જ છોડી ચુક્યા છીએ.” અમે શાંતિથી અલગ થઈ ગયાં. કોઈ નાટક નહિ... ફક્ત સચ્ચાઈ. હું હજી પણ એની યાદમાં જીવું છું, પણ એ સંબંધના ટૂકડાં માટે વારંવાર ઝંખવું હવે ગમતું નથી.

અચાનક કબીર મારા જીવનમાં આવ્યો — એવા પ્રશ્નની જેમ, જેના જવાબની શોધ હજુ પણ મારી અંદર ક્યાંક જીવતી હતી... ચૂપચાપ. એવો પ્રશ્ન, જેના જવાબ હું હજી પણ ખુદમાંથી શોધી રહી હતી. પણ એ સમયે નહિ, જ્યારે મને એની સૌથી વધુ જરૂર હતી. ત્યારે મારી ઉંમર છત્રીસ વર્ષની હતી. આરવ થી છૂટા પડ્યા બાદ સમજ તો આવી ગઈ હતી, પણ એ સાથે એક અદૃશ્ય દિવાલ પણ ઊભી થઈ ગઈ હતી. એ દસ વર્ષ નાનો હતો— એવો મિત્ર કે જે સાંભળતો હતો— કોઈ તરંગ વિના, કોઈ શરત વિના. એ જે મેં કહ્યું નથી તે પણ સમજી જતો. એ મારી હસતી નજર પાછી લાવ્યો. કબીર એક એવા ધર્મમાંથી આવ્યો હતો, જેનો રસ્તો મારા રસ્તાથી અલગ હતો — એની અંદર એક જાદૂ જેવો પ્રકાશ હતો — જીજ્ઞાસુ, નમ્ર, અને એના વિષે લોકોએ શું કહ્યું એથી બિલકુલ અપ્રભાવિત. દુનિયા શું વિચારે છે એ વાતની એ ક્યારેય પરવા કરતો નહિ.. હું એને અવગણવાનો પ્રયાસ કરતી રહી. કારણ કે સમાજે તો મારા વિશે પહેલેથી જ ઘણું કાંઈક કહ્યું હતું — કે હું મારી જાતને વધુ સ્વતંત્રતાથી જીવી છું, અને કોઈપણ પુરુષ માટે "અઘરી" છું. દેવ ભયભીત નહોતો. એના શબ્દોમાં સાહસ હતું. એ પ્રેમ માટે નિડરતાથી ઊભો રહ્યો. જ્યારે દિવસો એવા આવતા કે હું અંદરથી તૂટી જતી, અને છુપાઈ જવાનું મન થતું. એવા સમયે દેવ મારા માટે ફૂલો લઈને આવતો. જ્યારે લોકો તાકતા, ત્યારે એ મારી પાસે ઊભો રહેતો — સંકોચ વિના, ડગ્યા વિના. અને ઘણા વર્ષો પછી, મને સાચે એવું અનુભવાયું કે કોઈ મને દિલથી ચાહે છે — માત્ર સહન કરતું નથી, કે વખાણતું

નથી... પણ દિલથી, ઊંડે સુધી ઈચ્છે છે. પરંતુ પછી આવી જિંદગીની સૌથી મુશ્કેલ ક્ષણ. મારી માંએ મારી સાથે વાત કરવી બંધ કરી દીધી. મમ્મીનું મૌન મને દરરોજ સ્પષ્ટ સંદેશ આપતું હતું કે આ સંબંધ યોગ્ય નથી. તેના પરિવારજનોના શિસ્તભર્યા વર્તનની પાછળ શબ્દહીનતાની દિવાલ ઊભી હતી. કબીરના પરિવારજનો પણ મને મળતા તો હતા, પણ બધું મૌનમાં છુપાયેલું લાગતું. અમે જ્યાં પણ જઈએ, ત્યાં ધર્મ એક અવાજ વિનાનો મોટો પડછાયો બનીને સાથોસાથ ચાલતો. અને અમે જ્યાં પણ જતા, ત્યાં ધર્મ મૌન થઇને વચ્ચે ઊભો રહેતો.એક રાતે મેં ધીમે અવાજે પૂછ્યું, "શું તારો અને મારો ભગવાન કદી એક જ જગ્યાએ શાંતિથી સાથે રહી શકે?" એ એક ક્ષણ માટે ચૂપ રહ્યો,પણ એ મૌન એટલું સ્પષ્ટ હતું કે શબ્દોની જરૂર નહોતી.આ લડાઈ ફક્ત પ્રેમ માટે નહોતી... એ તો જીવન માટે હતી — અમે જગતમાં પોતાનું અસ્તિત્વ સાબિત કરવા લડી રહ્યા હતાં. અમે તો એ વિશ્વ સામે ઊભા હતા, જ્યાં પ્રેમના અમુક રૂપ હજી પણ અજાણ્યા અને અસ્વીકાર્ય ગણાય છે.શંકાઓ હવે મારા દિલમાં વસવાટ કરવા લાગી હતી. હું મારા જ વિચારોથી ડરી ગઈ — મને લાગ્યું — શું હું સ્વાર્થી તો નથી બનતી ને? શું સમય જતા એના લાગણીઓ બદલાઈ જશે? શું એ મને લઈને ક્યારેય દુઃખી થશે? કે પછી આપણો પ્રેમ ત્યાં સુધી સાચો હતો જ્યાં સુધી બધું અનુકૂળ હતું?એ રહ્યો કારણ કે એને એ સંબંધની કિંમત સમજાઈ હતી — એ જાણતો હતો કે ચાલીને જવું તો સરળ છે, પણ એ એટલો અનોખો સંબંધ હતો, કે એમાંથી દૂર થવું એટલે જીવનના સત્યથી દગો કરવો. જ્યાં ન માફી હતી, ન શરમ...પણ એકબીજાને અપનાવવાની હિંમત હતી, એક એવી પ્રાર્થના જે શબ્દોથી નહિ, લાગણીઓથી બનતી હતી. એક વાર મારી જૂની બે મિત્ર અને હું એમ ત્રણે જણા એ મળવાનો પ્લાન બનાવ્યો. — આઈશા, નૈના અને હું એક જગ્યાએ મળ્યાં — એક શાંત રવિવારની બપોરે, અમે ચૂપચાપ ચા પીતા રહ્યાં... અને દિલનાં ઘાવ ખુલ્લા કરતા રહ્યાં — જેમ યુદ્ધના સૈનિકો યુદ્ધ પછી

પોતાના જખમ બતાવે. અલગ-અલગ શહેરો. અલગ-અલગ કહાનીઓ. પણ અંદર વર્તાતો ખાલીપો તો ત્રણ જણા નો જાણે એક સરખો જ હતો.કોઈ ધીરજથી સાંભળી લે... કોઈ ખુલ્લા દિલથી વાત કરવાનું પસંદ કરે... અને કોઈ એવો પ્રેમ કરે, જ્યાં ભાષા, અભિનય કે સહન કરવાની ફરજ ન પડે. જ્યાં અંદર છુપાવવું ન પડે, અને જ્યાં પ્રેમની કિંમત દુઃખ ન હોય. અમે હસ્યાં — જ્યાં સુધી શક્ય હતું, અમે રડ્યાં — જ્યાં સુધી ભીતર માં ભરાયેલું હતું. અને પછી અમે ફરીથી જીવવા શીખ્યાં. આયશાએ મને સમજાવ્યું કે બે સંસ્કૃતિઓ વચ્ચેનો પ્રેમ એ સમર્પણ નહીં, એ તો સહકારથી ઊભી થયેલી નવી દુનિયા છે. નૈનાએ યાદ અપાવ્યું — પ્રેમ અંતરથી નહિ, અવગણનાથી તૂટી જાય છે.અને મેં — નિત્યા તરીકે — એમને યાદ અપાવ્યું: ક્યારેક પ્રેમ પોતે જ એક વિરોધ હોય છે, એક પ્રાર્થના હોય છે, અને પોતાની અંદર છુપાવેલી અસીમ શક્તિ પણ.દરેકે પોતાની રીતે એ બોધ મેળવ્યો —પ્રેમ ત્યારે જીવંત બને છે, જ્યારે એ જીતવાને બદલે સમજવા માટે આગળ વધે. ત્યારે કોઈ ઝઘડો રહેતો નથી, ઘાવ તો પોતે જ ઓગળી જાય છે, મનુષ્ય પોતાના મનથી મળવા લાગે છે, અને દિલને પોતાનું ઘર મળે છે.સમજદારીથી દરેક સમસ્યા હલ નથી થતી, પરંતુ એ મૌન અને સુરક્ષાના વચ્ચેથી પસાર થતો એક પુલ બની જાય છે. અહંકાર અને નમ્રતાને જોડતો રસ્તો, અને ભય અને જોડાણ વચ્ચેનો શાંત દરિયો.જો તમે ક્યારેય મનમાં પૂછ્યું હોય — "શું કોઈ મને સમજી શકે?" તો બસ એ જાણો —

સમજદારી હંમેશા તુરંત મળતી નથી.પણ જ્યારે મળે છે...તો એ માત્ર સંબંધો નથી બદલતી —એ તો આખું જીવન બદલતી જાય છે.

સ્ક્રીનથી સંબંધો સુધી

થોભો... જરા વિચારો! આજના સમયમાં એક સવાલ ઘણીવાર ઉદભવે છે: "શું તમને ડિપ્રેશન લાગે છે?" અને એનો જવાબ ઘણીવાર લોકો હાસ્યમાં કાઢી નાખે છે, પણ હકીકત એ છે કે મોબાઈલનો સતત અને અતિશય ઉપયોગ આજે વ્યક્તિને એકલતા તરફ ધકેલી રહ્યો છે. કોઈ ખ્યાલ સુધ્ધા ના આવે એ રીતે ટેકનોલોજી માણસને માણસથી દૂર લઈ જઈ રહી છે. લોકો ભલે ઓનલાઈન સાથે હોય, પણ તેઓ પોતાને વિશે, પોતાના મન વિશે અવગત રહે છે. હું એમ નથી કેહતો કે મોબાઈલ વાપરવાનો સંપૂર્ણપણે બંધ કરી દેવો,પરંતુ કોઈ પણ વસ્તુનો અતિરેક મનુષ્યને વિનાશ તરફ લઈ જાય છે.મોબાઈલ એ અત્યારના યુગ માં એક અવિભાજ્ય અંગ બની ગયો છે,પણ એનો વિવેક પૂર્ણ ઉપયોગ પણ એટલોજ જરૂરી છે.અને એ માત્ર જાત પ્રત્યે ડિસિપ્લિન કેળવીને જ શક્ય બની શકશે .

એક સમય હતો જ્યારે ઘરમાં પ્રેમનો વાગરો વહેતો. સાંજ પડે બધાં સભ્યો ભોજન સમયે ભેગા થઈને વાતો કરતાં. ઘરની દીવાલો સંવાદો થી ગુંજી ઉઠતી..દરેકના હાથમાં ચમચી રહેતી નહિ કે મોબાઈલ. ભોજન માત્ર ભૂખ માટે નહીં, સંબંધોની ભૂખ માટે પણ થતું. પહેલા, એકબીજાની આંખોમાં જોઈને પ્રેમ વ્યક્ત કરાતો. આજે એ બધું બદલાઈ ગયું છે. હવે વાતો મેસેજથી થાય છે, લાગણીઓ ઈમોજીથી, અને સંબંધો રીલ્સ માં અટવાઈ ગયા છે.

ઘરમાં તમામ લોકો એક રૂમમાં હોય છતાં એકલા અનુભવે છે. પહેલા, સમગ્ર પરિવારમાં એકતા અને લાગણી જોવા મળતાં. આજે દરેક સભ્ય મોબાઈલ સ્ક્રીન સાથે વધુ જોડાયેલો છે. પહેલા, ઘરમાં હસતો અવાજ ગુંજતો,આજે રીંગટોન અને નોટિફિકેશન જ રણકે છે. પહેલા, પત્રો માટે રાહ જોવાતી. આજે બ્લ્યુ ટિક પછી તરત જ જવાબ ન મળે તો મન આકુળવ્યાકુળ થઈ જાય છે.પહેલા, સંબંધોને સમય આપીને સમજાતાં. હવે મેસેજ વાંચ્યા પછી પણ એકબીજા પ્રત્યેની સમજણ વ્યક્ત નથી થતી. મેડિકલ રીતે પણ માન્ય છે કે સતત સ્ક્રીન સમય માનસિક આરોગ્ય પર ખરાબ અસર કરે છે. સ્ક્રીન સમયના અતિશય ઉપયોગ ના કારણે આંખોમાં વર્તાતો “ડિજીટલ થાક”, “અધૂરી ઊંઘ”, “ઈમોશનલ બ્લન્ટનેસ” અને “હાઈ એન્ઝાયટી” જેવી સ્થિતિઓ ઉદભવે છે. જ્યારે આપણે એક બીજાને મળવાનું છોડીએ, તો સંબંધમાં ત્રાસ, તણાવ અને અસંતોષ ઉદભવે છે.

કાર્યસ્થળ પર પણ આ બદલાવ દેખાય છે. પહેલા, મિટિંગમાં ચર્ચા અને વિચાર વિમર્શ થતો. આજે વચ્ચે મેસેજ ચેક થાય છે. પહેલા, સહકર્મચારીઓ વચ્ચે માનવતા અને સહયોગ અનુભવાતો.આજે પ્રતિસાદો તાત્કાલિક હોય છે,પરંતુ સમજણ હીન અને શુષ્ક. પહેલા, લોકોનું ધ્યાન ફક્ત કામ પર રહેતું,આજે ધ્યાન બે સ્ક્રીન વચ્ચે વહેંચાઈ ગયું છે. જો દર દસ મિનિટે મોબાઈલ ચેક ના કરે તો જાણે લોકોની દુનિયા અટકી જાય છે.

ઘરની અંદર પહેલાં જે શાંતિ અનુભવાતી જે હવે તણાવમાં બદલાઈ રહી છે.પહેલા, પતિ-પત્ની વચ્ચે વાતચીત રહેતી. હવે બંને પાસે સમય નથી. પહેલા, માતા-પિતા બાળકોને બેસાડી વાર્તાઓ કહેતા. આજે બાળક હેડફોન લગાવીને કાર્ટૂન સિરિયલ્સ જોઈ રહ્યું હોય છે. પહેલા, પુખ્ત વયના બાળકો લાગણીઓ સમજી શકતા. આજે તેઓ રીલ્સ પરથી લાગણીઓના માપદંડ નક્કી કરતા થઈ ગયા છે.

કારણકે બાળકો આજ જોઈને મોટા થઈ રહ્યા છે કે ઘરની દરેક વ્યક્તિ જે કરી રહી છે એજ સત્ય છે.જાગૃત અવસ્થાના 80% સમયમાં જયારે બાળકો આપણા હાથમાં મોબાઈલ જુવે તો એ બાળકો પણ આ રસ્તે જ ચાલશે એમાં કાંઈ અજુક્તું નથી. મોબાઇલ અને ગેજેટ્સનો અતિશય ઉપયોગ બાળકોમાં પણ જોખમકારક બની રહ્યો છે. જો બાળક ખાવામાં અટકે, તો તરત કાર્ટૂન શરૂ થઈ જાય છે. શરૂઆતમાં તે સરળ રીત લાગે છે,પણ લાંબા સમય સુધી એ ટેવ એમના મગજમાં અસહ્ય અસર કરે છે. બાળક સ્ક્રીન વિના ભોજન કરી શકતું નથી. માં-બાપ પણ પોતાના રૂટિનની વ્યસ્તતા અને ઉતાવળમાં શોર્ટકટ્સ અપનાવે છે કે કેમ કરીને બાળક ખાવાનાનો પાર લાવે.બસ ધીરજ ખૂટી ગઈ છે,જે માં-બાપ એ કેળવવાની જરૂર છે. નાનું બાળક ખોરાક ખાતી વખતે તમારામાં ખવડાવવાની ધીરજ જોશે તોજ એ એની લાઈફમાં ધીરજવાન બની શકશે. ખોરાક ખાતી વખતે હવે વાર્તાઓ પણ સ્ક્રીન પરથી આવી રહી છે. પહેલા, માતા-પિતા પોતાના શબ્દોમાં રામાયણ, મહાભારત, ભગવદ ગીતા, શ્રીકૃષ્ણ અને ભીમની વાર્તાઓ કહેતા. બાળકો કલ્પના કરતા. આજે એજ પાત્રો કાર્ટૂનમાં સુપરહીરો જેવા લાગે છે. તેમાંથી સંસ્કાર, શ્રદ્ધા અને ભાવ શીખવા મળતાં નથી. તેમના માટે ભગવાન પણ કાર્ટૂનનું પાત્ર બની જાય છે. એક પાર શાંત મને વિચાર કરી જુઓ કે જો કોઈ આપણું કાર્ટૂન બનાવીને બતાવે તો જોનાર વ્યક્તિને આપણા પ્રતિ કેટલું આદર કે સન્માન થાય?ના જ થાયને?તો આતો ભગવાન છે જેમને આપણે કાર્ટૂન સ્વરૂપે બતાવીયે છે,તો બાળકમાં ભગવાન પ્રત્યે શ્રદ્ધાની ભાવના કઈ રીતે ઉદ્દભવશે ?

જ્યારે માતા-પિતા પોતાની ભાષામાં પ્રેમથી વાર્તા કહે છે, ત્યારે બાળકના મનમાં પાત્રો જીવંત બને છે. ત્યારે બાળક કુતુહલતા થી પુછે છે — "રામજી જ્યારે વનમાં

ગયા, ત્યારે એમના પપ્પાને દુઃખ થયું હતું?" — એવો સંવાદ બાળક અને માતા-પિતા વચ્ચે લાગણી ઊભી કરે છે.

અને એ માટે માતા-પિતાને પણ વાંચવાનું શરૂ કરવું પડશે. પહેલા, ઘરમાં માત્ર TV અને મોબાઈલ નહિ પરંતુ ગોઠવાયેલા પુસ્તકો વાળી શેલ્ફ રહેતી હતી.આજે જો માતા-પિતા વાંચે નહીં, તો બાળક પણ વાંચશે નહીં. બાળકો તમારા શબ્દો કરતા તમારા વર્તનમાંથી વધારે શીખે છે.

દરરોજ રાત્રે 10 મિનિટ બાળકોને સુવાડાતા પેહલા વાર્તા કહો. તેમને એક પાત્ર પસંદ કરાવો. પુછો — "તને સૌથી વધારે કોણ ગમે છે?આજે એની વાર્તા કહીશ?" – એ વાતોથી વાર્તા મગજમાં નહીં, મનમાં ઊતરે છે. અને આ કરવાં માટે પહેલા તમારે બાળક બનવું પડશે,તમારે વાર્તાઓ વાંચવી પડશે.અને મારા પર ભરોસો રાખો કે જો તમે પણ વાર્તાઓ વાંચશો તો ચોક્કસપણે તમે પણ વિસરાયેલું બાળપણ માણી શકશો.એક એવો આનંદ મળશે જે લાખ્ખો રૂપિયા ખર્ચતા પણ નહિ મેળવી શકો.

અને હવે એક અગત્યનો વિષય — પહેલા, વાર-તહેવારે મળવાની તકો હતી. આજે તહેવાર ફક્ત સ્ટેટસ થઈ ગયાં છે. પહેલા, લોકો ઘરે મળવા આવતા, પ્રેમથી મળતા.આજે ફોરવર્ડેડ મેસેજીસ મોકલીને ફરજ પુરી કરવામાં આવે છે. પહેલા, તહેવાર એટલે સુગંધ, વાતો અને લાગણીઓ. આજે એ બધું રીલ્સ અને ઈમોજીસ માં પરિવર્તિત થઈ રહ્યું છે.

ચાલો એ સંસ્કૃતિ ફરીથી જીવંત કરીએ. જ્યારે પણ શક્ય હોય ત્યારે કુટુંબીઓ અથવા મિત્રો કે સગાંઓના ઘેર જઈએ. માતા-પિતાને મળવા ફોન કરતા રૂબરૂ જઈને એમના ચરણ સ્પર્શ કરીને આશીર્વાદ લઈએ. જ્યાં પ્રેમ દર્શાવો હોય ત્યાં

હાજરી વધુ મહત્વ રાખે છે. ચાલો દરેક તહેવારે ફોરવર્ડેડ મેસેજીસને બદલે ઘેર જઈને લોકો સાથે સમય વિતાવીએ.

ઘરના વાતાવરણમાં ઘરેલુ સ્ત્રીઓના યોગદાનની અવગણના પણ એક મોટું કારણ છે. પહેલા, સ્ત્રીઓને તેમના દૈનિક કાર્ય માટે સન્માન અને પ્રશંસા મળતા. આજે, તેઓ ઘરના સભ્ય હોવા છતાં પણ અનાદરનો અનુભવ કરે છે,જો તેમને એક્નોલેજમેંન્ટ નહિ મળે,તો સ્વાભાવિક છે કે તેઓ સોશિયલ મીડિયા તરફ આકર્ષિત થશે, જ્યાં ભરપૂર પ્રસંશા મેળવીને પોતાના સ્વાભિમાનની સંતુષ્ટિ મેળવી શકે પરંતુ આ ટેવ પછી એકલતા, દુઃખ અને સંબંધોમાં તણાવ લાવે છે. સ્ત્રીઓમાં ખાસ કરીને ગૃહિણીઓમાં એ વિચારસરણી વિકસી રહી છે કે "મારું અહીં કોઈ ધ્યાન રાખતું નથી, તો હું પોતાને જ વ્યસ્ત રાખી લઉં."

મહત્વનું છે કે પરિવારના દરેક સભ્યે ઘરની સ્ત્રીઓ માટે માન દર્શાવવું જોઈએ. તેમના દિવસભરના યોગદાન માટે તેઓની પાસે જઈને "આભાર" વ્યક્ત કરવો જોઈએ. ઘરમાં પ્રેમ અને માન્યતા મળે ત્યારે સ્ત્રીઓ પોતાની ઊર્જા અને સમય સંબંધો માં ઉમેરી શકે છે — સ્ક્રીનમાં નહીં.મહિલાઓ માટે પણ આવશ્યક છે કે તેઓ પોતાની જાતને સ્માર્ટફોનથી વિમુક્ત રાખી રોજ નિર્ધારિત સમય મેડિટેશન, પ્રાર્થના કે સ્વઅભ્યાસ માટે ફાળવે. પરિવાર સાથે જોડાવા માટે સાંજના સમયે ભેગા મળીને જમવું,હસીખુશીની વાતો એકબીજા સાથે શેર કરવી અને આનંદપૂર્વક સમય પસાર કરવો બહુજ અનિવાર્ય છે.મોટા ભાગે આપણે બધા આપણા સંતાનોને હંમેશા ટકોર કરતા રહીયે છે કે સાંજના સમયે સાથે મળીને જમવું એ આપણા ઘર નો નિયમ છે,પરંતુ આપણે આપણા બાળકોને ક્યારેય એનું લોજીક નથી સમજાવ્યું,ક્યારેય સાબિત કરીને નથી બતાવ્યું કે ડાઈનિંગ ટેબલ પર બેસીને હસીખુશીથી કઈ રીતે જમી શકાય.ફક્ત નિયમો અને ડિસિપ્લિનના પાઠ

ભણાવાથી બાળકો નહિ સમજે ,આપણે આપણા વર્તન થકી એ વાતને પુરવાર કરીને બતાવવી પડશે કે સાથે મળી ને જમતી વખતે મોબાઈલના સ્ક્રીનમાં વ્યસ્ત થયા વગર પણ મઝા માણી શકાય છે. ઘરનું વાતાવરણ બદલવા માટે ખાલી નીતિ નિયમો જરૂરી નથી હોતા,જરૂરી હોય છે એને અમલમાં મૂકીને સાબિત કરવું. બસ તમારા રોજિંદા વર્તનમાં થોડો ફેરફાર કરો:

- સવારે ઉઠીને પહેલા પ્રાર્થના કરો. ફોન હાથમાં ના પકડો.
- રાત્રે સૂતાં પહેલા મેડિટેશન કરો. સ્ક્રીન સામે તાક્યા કરીને અર્થવિહીન સ્ક્રોલિંગ કાર્ય ના કરો.
- દરરોજ 10 મિનિટ ફેમિલી મેમ્બર્સ સાથે વાત કરો. કોઈ ફોન સાથે ના રાખીને.
- ભોજન સમયે મોબાઇલ દૂર રાખો.
- બાળકોને વાર્તા કહો — પોતાના શબ્દોમાં. અને એમને ક્યારેય ગુડનાઈટ કહીને એકલા રૂમમાં સુવા ના ધકેલો,તમારો મોબાઈલ બાજુ પર મુકો અને બાળક સાથે એના રૂમમાં સુવા માટે જાઓ.એ સુઈ ના જાય ત્યાં સુધી વાર્તાઓ કહો અને એ સમય ને આનંદથી માણો કારણકે આ સમય પેચો નહિ ફરે,બાળક મોટું થઈ જશે પછી આ લ્હાવો નહિ મળે.
- દર તહેવાર પર શક્ય હોય ત્યાં સુધી ઘેર જઈને મળો.
- સ્ક્રોલ ઓછું કરો. સ્પર્શ વધુ કરો.
- ઘરમાં રોજ 30 મિનિટ “સ્ક્રીન ફ્રી ઝોન” બનાવો — જ્યાં કોઈ ફોન, ટીવી, લેપટોપ ના હોય. માત્ર ઘરના સભ્યો હોય, આનંદપૂર્ણ વાતચીત થતી હોય, અને ભરપૂર સ્નેહ અને લાગણી હોય.

ઘરમાં રહેલા વડીલ સભ્યો પર પણ આ બદલાતી ડિજિટલ દુનિયાની અસર થઈ રહી છે. તેઓ ભવિષ્યની કોઈ ભેટ નથી, પણ જીવંત સ્મૃતિઓનો લખલૂટ ખજાનો છે. તેઓની આશા હોય છે કે ઘરનું વાતાવરણ પ્રેમભર્યું રહે, ઘરના સભ્યો અરસપરસ પ્રેમસભર વાતચીત કરે. જ્યારે તમે તેમને સમય આપો છો, ત્યારે તેમને માત્ર સંતોષ નહીં, પરંતુ નવજીવન મળે છે. તેઓ માટે તમારી 10 મિનિટ એટલે એક આખો દિવસ બની જાય છે. તેઓ રાહ જુએ છે કોઈ પુત્ર, પુત્રી, નાતી આવીને એમની સાથે બેસીને થોડી વાત કરે.

તેઓ આપના માટે આખું જીવન જીવ્યા છે — હવે તેમનો વારો છે. જો આપણે આજે તેમને પ્રેમ નહીં આપી શકીએ, તો ભવિષ્યમાં એ ખાલીપો આપણને ઘણી ઊંડું દુઃખ આપશે. સ્માર્ટફોનમાં નથી એ શાંતિ કે તમે તમારાં દાદા-દાદી કે માતા-પિતાની આંખોમાં જોઈ શકો. તેઓના આશીર્વાદ તમારા દરેક દિનને શુભ બનાવે છે — જો તમે તેમને સાચવશો તો.પ્રેમ રીલ્સ મોકલીને નહીં, સંપર્કથી થાય છે. લાગણીઓ ફોરવર્ડ કરવાથી નહિ પરંતુ, સમય કાઢીને પાસે બેસવાથી આવે છે. પહેલા, માણસ માણસ સાથે જીવતો. આજે આપણું જીવન ડેટા અને નોટિફિકેશન વચ્ચે ફસાઈ ગયું છે. ઘરના વડીલોના અનુભવ સાંભળો. તેમના ભૂતકાળમાં રહેલા મૂલ્યો ભવિષ્યના પથદર્શક બની શકે છે.

આજથી નક્કી કરો — તમારું બાળક તમારા શબ્દોમાંથી મૂલ્યો શીખે. વડીલોનાં અભ્યાસ અને અનુભવોમાંથી સંસ્કાર મેળવે. વાર્તામાંથી સંસ્કાર મેળવે. સ્ક્રીનમાં આમાંનું કશુંજ નહિ મળે અને જો મળશે તો પણ એમાં સંસ્કારરૂપી વાઈબ્રેશન્સ નહિ મળે., તમારા શ્વાસમાં લાગણી હોય. ડિજિટલ ગેજેટ્સમાં એ લાગણી ક્યાંથી પેદા કરશો?

ઘરમાં શાંતિ લાવવી છે? તો પહેલા સ્વયં સાથે જોડાવું પડશે. જાતને સમજવી પડશે ,જાત સાથે સખ્ત થવું પડશે. સમય આપો. ધ્યાન આપો. ભાવ આપો. વડીલોને સાંભળો. બાળકો સાથે રમો. ઘરેલુ સ્ત્રીઓને માન આપો. એમ જ સંબંધો જીવંત થાય છે.

હું ફક્ત મેસેજ નહિ મોકલું... હું આવીશ — કારણ કે તું મારા માટે ખાસ છે.

પહેલા જ્યારે મોબાઈલ અને સોશિયલ મીડિયાનો ઉપયોગ મર્યાદિત હતો ત્યારે જીવનમાં એક અલગ જ શાંતિ અને જોડાણ અનુભવાતું. લોકો દરરોજ સવારના ચૂલાનો ધૂમાડો જોઈને જાણતાં કે ક્યા ઘરમાં આજે શું બન્યું છે. ઘરના વડીલો આંગણે બેઠા હોય અને આસપાસના બાળકો સાથે રમતાં હોય. ચોખ્ખી હવા, રસ્તા પરના સાઈકલની ઘંટડી નો રણકાર અને પિતાજી સાથે અખબાર વાંચવું એ બધું જીવનને ભરપૂર લાગતું.મિત્રો એકબીજાને મળવા માટે શાળાની બહાર ઊભા રહેતા. માતા પિતા બાળકોના ફોર્મ ભરતા, એનો ફોટા પડાવતા ,સર્કસ જોઈને સાથે મળીને આનંદ માણતા, અને પિતાજી હાથથી લિફાફો લખીને સ્પષ્ટ સરનામું લખાવતાં. શાંત સાંજના સમયે કુટુંબ સાથે બેસી વાત કરવી, રમવું, રેડિયો પર જૂના ગીતો સાંભળવા— એ બધું આજે ખોવાઈ ગયું છે. હવે આપણે રિવાઇન્ડ નહિ કરી શકીએ... પણ ફરીથી પ્લે (play) તો કરી શકીએ. જૂની પધ્ધતિ, જૂનો પ્રેમ અને જૂનુ જીવન — એને ફરીથી જીવી શકાય છે... જો આપણે “થોભી” જઈએ તો. જો આપણે “વિચારી” લઈએ તો. તમે જો આજે થોભી જશો, તો સમય પણ તમારો હાથ પકડીને તમને તમારી જાત તરફ પાછા લઈ જશે. યાદ રાખો...ફક્ત સ્ક્રીન સ્વાઈપ ના કર્યા કરો...વિચારોને બદલો.જૂની કુટેવોને સ્થાને નવી તેવો અપનાવો.ડિજિટલ દુનિયા આજના યુગ માં ખુબજ જરૂરી છે પણ એને તમારી લાગણીઓનું સ્થાન લેવા ના દેશો.

જેમ પહેલા આપણે જીવતા સંબંધો સાથે જીતા હતા, તેમ આજે પણ ફરીથી જીવાઈ શકે છે — જો આપણે "જરા વિચારી લઈએ તો..."

થોભો... જરા વિચારો... અને હવે પ્રેમથી, શાંતિથી, ઊર્જાથી... ફરીથી જીવવું શરુ કરો. — સાચું જીવન.

સંઘર્ષથી સંસ્કાર સુધી

માતા-પિતા તરીકેના પડકારો

અંકિત અને સ્નેહાઃ શિસ્ત કે સમજૂતી?

અંકિત અને સ્નેહા હંમેશા એક સુમેળભર્યા પારિવારિક જીવનની કલ્પના કરતા હતા, જે સહિયારા મૂલ્યો, હાસ્ય અને પ્રેમથી ભરેલું હોય. માતાપિતા બનતા પહેલા, તેઓ ઘણીવાર તેમના બાળકોને કેવી રીતે ઉછેરશે તે વિશે વાત કરતા હતા - શિસ્ત અને હૂંફ, રચના અને સર્જનાત્મકતાનું સંયોજન. પરંતુ વાસ્તવિકતા, જેમ ઘણીવાર બને છે તેમ, તેમની કલ્પના કરતાં વધુ જટિલ નીકળી. તેમના બે નાના બાળકો, આરવ અને કિયારાના માતા-પિતા તરીકેના તેમના વિચારોના મતભેદ અંગે અંકિત અને સ્નેહા એકબીજા સાથે ઝઘડતા જોવા મળ્યા. અંકિત કડક, સંરચિત શિસ્ત પદ્ધતિમાં દ્રઢપણે માનતો હતો, જેમાં નિયમો, પરિણામો અને સત્તાની સ્પષ્ટ ભાવના પર સ્પષ્ટ ભાર મૂકવામાં આવતો. તેને હંમેશા લાગતું કે બાળકોને સ્પર્ધાત્મક, માંગણીભર્યા વિશ્વ માટે તૈયાર કરવા માટે આ જરૂરી છે. "બાળકોને ખીલવા માટે અવકાશ આપવો જોઈએ પણ સાથે-સાથે સીમાઓ બાંધવાની પણ જરૂર હોય છે," તે માનતો કે બાળકોને વારંવાર માન-મર્યાદા, જવાબદારી અને તેઓ પોતે કોઈ પણ પરિસ્થિતિ માટે જવાબદાર છે એ વિશેનું ભાન કરાવવું જરૂરી છે. બીજી બાજુ સ્નેહા માનતી કે માતા-પિતા તરીકે સૌમ્યતા અને સહાનુભૂતિથી બાળકો સાથે કામ લેવું વધારે યોગ્ય

છે. તે માનતી હતી કે જ્યારે બાળકોની વાત સાંભળવામાં આવે અને સમજવામાં આવે ત્યારે તેઓ ભાવનાત્મક રીતે વધુ મજબૂત અને સુરક્ષિત બની શકે એવી શક્યતા વધારે રહેલી હોય છે. તેની માતા-પિતા તરીકેની ફિલસૂફી ભાવનાત્મક જોડાણ, વિશ્વાસ અને ખુલ્લા મનથી વાતચીત કરવાની આસપાસ કેન્દ્રિત હતી. તેને ચિંતા હતી કે કઠોર શિસ્ત તેમના બાળકોના અવાજ અને આત્મસન્માનને દબાવી દેશે. તે હંમેશા દલીલ કરતી, "જ્યારે બાળકો આપણી સાથે સુરક્ષિત અનુભવશે ત્યારે જ તેઓ આપણી વાત સાંભળશે." તેમના વિરોધી વિચારો ઝડપથી હતાશાનું કારણ બન્યા. જ્યારે પણ આરવ કે કિયારા ખરાબ વર્તન કરતા, ત્યારે તણાવ વધતો ગયો - ફક્ત માતાપિતા અને બાળક વચ્ચે જ નહીં, પરંતુ પતિ-પત્ની વચ્ચે પણ. આવી જ એક ઘટના - આરવે પોતાનું હોમવર્ક પૂરું કરવાનો ઈન્કાર કર્યો. અંકિતે તરત જ દંડ ફટકારવાનું નક્કી કર્યું, કારણ કે તેને લાગ્યું કે શિસ્તની બીક બતાડવી જરૂરી છે. જોકે, સ્નેહાએ આરવ પોતાનું હોમવર્ક પૂરું કરવાનો ઈન્કાર કેમ કરે છે એ કારણ સમજવા માટે તેની સાથે બેસીને વાત કરવાનું સૂચન કર્યું. મતભેદ ઉગ્ર દલીલમાં પરિણમ્યો. અંકિતે, ગુસ્સે થઈને, પોતાનો અવાજ ઉગ્ર કરતા પૂછ્યું, “કોઈ મને સમજી શકે છે?”

તે તેમને વાસ્તવિક દુનિયા માટે તૈયાર કરવા વિશે છે!” સ્નેહાનો અવાજ લાગણીથી ધ્રૂજતો હતો, તે જવાબ આપતી, "પણ આપણે પહેલા તેમના કુમળા હૃદયની લાગણીઓને સમજવાની જરૂર છે. ડર ચારિત્ર્યનું નિર્માણ નથી કરતું - પરંતુ પ્રેમ ચોક્કસપણે નિર્માણ કરે છે." આ ક્ષણોએ તેમની લાગણીઓ વચ્ચે અંતર ઉભું કરી દીધું. તેમના બાળકો, ઘરની ઊર્જા પ્રત્યે સંવેદનશીલ બનીને ઘણીવાર ઘરના વાતાવરણથી દૂર ભાગતા,બહુજ અજુક્તું વર્તન કરતા. જે ઘર સુરક્ષિત અભયારણ્ય બનવાનું હતું તે તંગ અને ગમે ત્યારે અશાંત બની જવા લાગ્યું. તેમનો માતા-પિતા તરીકેનો સંઘર્ષ ધીમે ધીમે અંગત સંબંધોનો સંઘર્ષ બની રહ્યો હતો. જ્યારે તેઓએ

સાથે મળીને પેરેન્ટિંગ વર્કશોપમાં હાજરી આપવાનું નક્કી કર્યું ત્યારે બધું બદલાવા લાગ્યું. તેઓએ આ વર્કશોપમાં હાજરી આપવાનું નક્કી કર્યું કારણકે અંશતઃ ઊંડાણમાં, તેઓ હજુ પણ એકબીજા પર વિશ્વાસ કરતા હતા.

વર્કશોપ ફેસિલિટેટરે એ વિચાર રજૂ કર્યો કે શિસ્ત અને સહાનુભૂતિ એકબીજાના વિરોધી નથી - તેઓ સાથે રહી શકે છે. માર્ગદર્શિત પ્રવૃત્તિઓ અને નિયમિતપણે ક્લાસમાં હાજરી દ્વારા, અંકિત અને સ્નેહાએ તેમના પેરન્ટિંગના વિશ્વાસોના મૂળને ઉજાગર કરવાનું શરૂ કર્યું. અંકિતને સમજાયું કે તેનો કડક સ્વભાવ તેના બાળપણથી જ સરમુખત્યારશાહી માતાપિતાના શાસનને કારણે ઉભરી આવ્યો હતો. બીજી બાજુ, સ્નેહા એવા ઘરમાં ઉછરી હતી જ્યાં ભાવનાત્મક સ્વતંત્રતા પર ભાર મૂકવામાં આવતો હતો પરંતુ શિસ્ત અને શિષ્ટાચારનો અભાવ હતો - જેના કારણે ઘણીવાર તેને શરમજનક પરિસ્થિતિઓનો સામનો કરવો પડતો હતો. તેમણે કદાચ પહેલી વાર અનુભવ્યું કે તેમના જુદા જુદા અભિગમો "સાચા વિરુદ્ધ ખોટા" વિશે નહોતા, પરંતુ "ભૂતકાળ વિરુદ્ધ વર્તમાન" વિશે હતા. તેમની વાલીપણાની શૈલીઓ તેમના આંતરિક ભૂતકાળના સંસ્કારો દ્વારા ઘડવામાં આવી હતી. આ અનુભૂતિએ તેમના અંદર કંઈક ઊંડો પરિવર્તન કરવા માટે તેમને બંનેને મજબૂર કર્યા. સાથે મળીને, તેઓએ એક નવો અભિગમ બનાવવાનું શરૂ કર્યું - કંઈક એવું જે બંનેના શ્રેષ્ઠ અભિગમને મિશ્રિત કરે છે. તેઓ એક શાંત, ભાવનાત્મક રીતે સુરક્ષિત વાતાવરણ બનાવવા સંમત થયા, જ્યાં અપેક્ષાઓ સ્પષ્ટ હોય, પરિણામો ન્યાયી હોય અને પ્રેમ હંમેશા બિનશરતી હોય. તેઓએ એક શક્તિશાળી નિર્ણય પણ લીધોઃ બાળકો સામે દલીલ કરવાનું બંધ કરવું. તેમણે જે બોલીએ તે પાળીને બતાવીએ એ વાત પર અડગ રહેવાનું પસંદ કર્યું - ફક્ત શબ્દો દ્વારા જ નહીં, પણ કાર્યો દ્વારા આદર, સહયોગ અને ભાવનાત્મક પરિપક્વતાનું મોડેલિંગ. તેમણે એકબીજાને વચન આપ્યું કે તેઓ બાળકોને ક્યારેય ખોટા વચનો નહીં આપે અને પ્રામાણિકતાથી તેમનો ઉછેર કરશે.

તેઓએ એક સાપ્તાહિક નિયમિત વિધિ બનાવી - દર રવિવારે રાત્રે એક કલાક - સાથે બેસીને બાળકોના ઉછેરમાં આવતા પડકારો પર ચિંતન કરવું. આ વાતચીત દરમિયાન, તેમણે નક્કી કર્યું કે જ્યારે પણ બાળકો સાથે કોઈ સંઘર્ષ થાય, ત્યારે તેઓ પહેલા તેમાં બાળકોની લાગણીઓને સમજશે, અને પછી જ તેના પરિણામો વિશે વાત કરશે.

દાખલા તરીકે, જ્યારે આરવે શાળામાં જવા માટે અણગમો બતાવવાનું ચાલુ કર્યું, ત્યારે તાત્કાલિક સજા કરવાને બદલે, તેઓએ તેને "પરિવારિક વર્તાલાપ"માં સામેલ કર્યો અને કારણ જાણવાની કોશિશ કરી. ત્યારે તેણે રડતા અવાજે કહ્યું કે જયારે તેને મેળવેલી નાની સિદ્ધિ પર તેના એટલા વખાણ નથી થતા જેટલા કિયારા એ મેળવેલી સિદ્ધિઓ પર થાય છે. તે એક એવો ઘટસ્ફોટ હતો જેણે બધું જ બદલી નાખ્યું. અંકિતે તેને જોરથી ગળે લગાવ્યો અને તેને શાબ્બાશી આપતા કહ્યું કે, “મને હંમેશા તારા પર ગર્વ છે.” તે ક્ષણે આરવને શાંતિ તો મળીજ, પરંતુ તેના હ્રદયમાં પડેલા જૂના ઘાવ પણ રુઝાવા લાગ્યા.

જેમ જેમ આ સમજણશક્તિ ઘરમાં સ્થાયી થવા લાગી, તેમ તેમ ઘરનું વાતાવરણ પણ બદલાવા લાગ્યું. તે ઉષ્માભર્યું, શાંત, વધુ સુમેળભર્યું બન્યું. બાળકોએ સકારાત્મક પ્રતિભાવ આપવાનું શરૂ કર્યા, ડરથી નહીં, પરંતુ સાચી સમજણ અને લાગણીના જોડાણથી. આરવ વધુ આત્મવિશ્વાસ અને ભાવનાત્મક રીતે પોતાના અભિપ્રાયો રજૂ કરવા લાગયો. એક સમયે શરમાળ અને ઢીલા સ્વભાવની કિયારાએ શાળામાં નોંધપાત્ર નેતૃત્વ બતાવવાનું શરૂ કર્યું, કલા કાર્યક્રમોનું આયોજન કર્યું અને એનાથી નાના બાળકોને કલાકૃતિ શીખવવામાં મદદ કરવા લાગી.

વર્ષો વીતી ગયા. આરવ મોટો થઈને એક આદરણીય બાળ સલાહકાર (Child counselor) બન્યો, જે ઘણીવાર પોતાના ઉછેરની વાર્તાઓનો ઉપયોગ કરીને

યુવાન વિદ્યાર્થીઓ અને તેમના માતાપિતાને ફરીથી જોડવામાં મદદ કરતો. તેણે એક વિદ્યાર્થીને કહ્યું, "મારા પપ્પા કડક હતા, પણ તેમણે સાંભળવાનું પસંદ કર્યું - અને તેનાથી હું બદલાઈ ગયો." આરવ ખૂબ જ સહાનુભૂતિશીલ હતો, અને મુશ્કેલીમાં મુકાયેલા બાળકો સાથે જોડાવાની તેની ક્ષમતા અસાધારણ હતી. કિયારા, એટલી જ તેજસ્વી હતી, તેને સર્જનાત્મક કલાકૃતિ અને નેતૃત્વમાં પોતાનું નામ ઉજાગર કર્યું. તેના ખૂબજ વખાણાયેલા TED ટોક "ક્રિએટિવિટી ઈન કામનેસ"માં તેણે કહ્યું, "મારા માતાપિતાએ મને સંપૂર્ણ જ નહિ પરંતુ એક સુરક્ષિત બાળપણ આપ્યું. મારા બધા સર્જનાત્મક વિચારોનો જન્મ ત્યાંથી થયો હતો." પ્રેક્ષકોએ તાળીઓના ગડગડાટથી હોલ ગુંજાવ્યો, પણ આગળની હરોળમાં બેઠેલા અંકિતે ગર્વ અને આનંદ સાથે સ્નેહાનો હાથ દબાવ્યો, જયારે સ્નેહાએ ખુશીના આંસુ લૂછ્યા અને ગર્વ સાથે અંકિત સામે જોવા લાગી.

રોજિંદા જીવનમાં પણ, તેમના આપેલા સંસ્કારોની અસર દેખાતી હતી. જેમકે આરવે એકવાર ક્રોધમાં આવેલી તેની ભત્રીજીને હળવેથી સાંત્વના આપી, તેની સાથે નીચે જમીન પર બેસીને તેને પૂછ્યું કે, "શું તું એવું અનુભવે છે કે તને કોઈ સમજતું નથી?" કે "તું ખુબજ થાકી ગઈ છે?" આરવની આ સમજાવાની રીત જોઈને આરવના મા-બાપે ખુબજ ગૌરવ અનુભવ્યો. તેમના બાળકોની સફળતા ફક્ત ખિતાબ કે અભિવાદનથી માપવામાં આવતી ન હતી - તે તેઓ કોણ બન્યા તેના પરથી સ્પષ્ટ થતું હતું.બંને બાળકો કરુણાશીલ, જાગૃત, સ્થિતિસ્થાપક અને ભાવનાત્મક રીતે બુદ્ધિશાળી બન્યા.

એક શાંત સાંજે, અંકિત અને સ્નેહા બાલ્કનીમાં ચા પી રહ્યા હતા, વીતેલા વર્ષોને યાદ કરી રહ્યા હતા. ઘર તેમના બાળકોના હાસ્યથી ગુંજી ઉઠ્યું. સ્નેહાએ અંકિતના ખભા પર માથું રાખ્યું, અને તેણે ધીમેથી કહ્યું, "આપણે ઠીક કર્યું, નહીં?" તે હસતી, તેની

આંખો ચમકતી, અને અંકિતએ જવાબ આપ્યો, "આપણે ઠીક કરતાં વધુ સારું કર્યું - અમે બંનેએ માતાપિતા તરીકેનો આપણો અભિગમ બદલી નાખ્યો છે. તે એક સાચી ભેટ છે." તેમણે ફક્ત બાળકોનો ઉછેર જ નહોતો કર્યો. તેમણે શ્રદ્ધા પર બનેલું ઘર ઉછેર્યું. તેમણે એક એવી પેઢી ઉછેરી જે પ્રેમ કરવા, સાંભળવા અને હૃદયથી નેતૃત્વ કરવા સક્ષમ હતી. તેમણે એક વારસો ઉછેર્યો. અને તે જ્ઞાનમાં તેમના હૃદય ભરાઈ ગયા.

પાડોશી -રમખાણ કે સમાધાન

નીતા હંમેશા પડોશીઓના આકર્ષણનું કેન્દ્ર રહી છે - મોહક, અભિવ્યક્ત અને નિઃશંકપણે જીવંત. તહેવારો તેના હૃદયની નજીક હતા, જ્યાં તે આનંદ, સંગીત, રોશની અને હાસ્યથી તહેવારોને રંગતી હતી. દિવાળી દરમિયાન તેનું એપાર્ટમેન્ટ સ્વપ્નની જેમ પ્રકાશિત થતું હતું, ઉજવણીથી ગુંજતું હતું.

તે ફક્ત એક પાર્ટી નહોતી - તે પરંપરા, સ્મૃતિ અને ઓળખ હતી, બધું એક જ ચમકતી સાંજમાં લપેટાયેલું હતું.

બાજુમાં રહેતી અદિતિ - એક શાંત, સૌમ્ય અને સચેત, જે તાજેતરમાં જ તેના પતિ અને જોડિયા બાળકો સાથે રહેવા આવી હતી. તેના માટે, જીવન દિનચર્યાઓ અને થાકનું એક મોડેલ બની ગયું હતું. માતૃત્વ તેને ભરતીના મોજાની જેમ ભેટી પડ્યું હતું - સુંદર, પણ ભારે. રાતો ઊંઘ વિનાની હતી, દિવસો લાંબા હતા, અને દરેક નાની વસ્તુ પર તેનું ધ્યાન જરૂરી હતું. તેને આનંદી રહેવામાં કોઈ સમસ્યા નહોતી - તે વિચારશીલતામાં દ્રઢ વિશ્વાસ રાખતી હતી.

દિવાળીની એક સાંજે અદિતિ અને નીતા વચ્ચે કોઈ કારણોસર મતભેદ ઉભા થઈ ગયા. બન્યું એવું કે તે દિવસે, નીતા સંપૂર્ણ ઉત્સવના મૂડમાં હતી. રંગોળી તેના પ્રવેશદ્વારને શણગારતી હતી, બાલ્કનીમાંથી ગલગોટાના તાર લહેરાતા હતા અને તેના ઘરમાં જોરદાર સંગીત વાગતું હતું. બાળકો હસતા હતા, ફટાકડા ફૂટતા હતા અને સંબંધીઓ સ્મિત અને મીઠાઈઓ સાથે તેના ઘરે આવતા રહેતા હતા. લગભગ

બે કલાક લોરી ગાયા પછી અદિતિ આખરે તેના જોડિયા બાળકોને સૂવડાવવામાં સફળ રહી. હોસ્પિટલની લાંબી શિફ્ટથી થાકેલો તેનો પતિ બીજા રૂમમાં સૂઈ ગયો હતો. થોડીવાર માટે શાંતિ છવાઈ ગઈ.પછી ધડાકો થયો -પહેલા જોરદાર ફટાકડા, પછી નીતાની બાલ્કનીમાંથી જોરદાર સંગીત.એક બાળક ચીસો પાડીને જાગી ગયું, ત્યારબાદ બીજું બાળક પણ ઝબકીને જાગી ગયું.તેનો પતિ પણ મોટા અવાજથી જાગી ગયો, નિસાસો લીધો અને દિવાલ તરફ મુખ ફેરવીને સૂવાનો પ્રયાસ કર્યો. એક બાળકને લઈને, અદિતિ બહાર નીકળી અને નીતાનો દરવાજો ખટખટાવ્યો. ઉજવણી દરમિયાન નીતાએ દરવાજો ખોલ્યો - તેનો ચહેરો ચમકતો, સ્મિત - ફક્ત અદિતિના કડક શબ્દોથી તેના હાવભાવ બદલાઈ ગયા: "શું તમે કૃપા કરીને અવાજ ઓછો કરી શકો છો? બાળકો સૂતા નથી, અને અવાજ ખરેખર ખૂબ જ મોટો છે." અદિતિની આ વાત નીતાને ના ગમી,ભલે નમ્રતાભર્યા અવાજે પણ આંખોમાં ગુસ્સા સાથે અદિતિએ કહેલી વાત નીતાને ઠેસ પહોંચાડી ગઈ અને નીતાએ દરવાજો જોરથી બંધ કર્યો.

નીતા તેના પ્રિય તહેવારના દિવસે નિરાશ થઈ ગઈ. તેમની વચ્ચે થયેલી ગેરસમજને કારણે અદિતિ પણ દુઃખી થઈ ગઈ - તેને એવું લાગ્યું કે તેણે ફક્ત પાડોશી હોવાને કારણે શાંતિ માંગવા બદલ ગુનો કર્યો છે. પછીના અઠવાડિયામાં, નીતા અને અદિતિએ પોત-પોતાની દિનચર્યા ચાલુ રાખી. તેઓ લિફ્ટ, હોલવે અને બાલ્કનીમાં એક-બીજાની સામે આવતા - પરંતુ સ્મિતને બદલે મૌન સાથે. ચહેરા પર એક-બીજા માટે અણગમા સાથે. અંદરખાને બંનેને થતું હતું કે સામ-સામા બારણે રહીને ક્યાં સુધી આવું ચાલશે? તેઓ બંને ભૂતકાળને ભૂલીને આગળ વધવા માંગતા હતા, છતાં અભિમાન અને અહંકાર તેમને પાછળ રાખી રહ્યા હતા. નીતા માનતી હતી કે અદિતિએ ફક્ત અવાજ ઓછો કરવા કહ્યું હતું, જે વ્યાજબી હતું. અદિતિએ વારંવાર પોતાને પ્રશ્ન કર્યો: શું મેં નીતા સાથે ખરાબ વર્તન કર્યું છે? શું મારે રાહ જોવી જોઈતી હતી? શું મારા બાળકો માટે શાંતિ માંગવી ખૂબ જ જરૂરી હતી? બીજી બાજુ નીતા

ઈચ્છતી હતી કે અદિતિ આવી ને માફી માંગે. શું તેણે જોયું નહીં કે તે ઉજવણીનું આયોજન કરવા માટે તેણે કેટલો સમય અને પ્રયત્ન કર્યો છે? શું તેણે ફક્ત અવાજ જ સાંભળ્યો? બંનેમાંથી કોઈને ખબર નહોતી કે અંતર કેવી રીતે ઓછું કરવું.

પરિસ્થિતિમાં ઝડપથી સુધારો ન થયો. દિવાળીના એક અઠવાડિયા પછી, અદિતિએ કરિયાણાનો સામાન ઓર્ડર કર્યો હતો, અને ડિલિવરી કરનાર વ્યક્તિએ ભૂલથી નીતાના ઘરનો ડોરબેલ વગાડી દીધો. નીતાએ દરવાજો ખોલ્યો, પાર્સલ જોયું અને ચહેરા પર નકલી સ્મિત રાખવાનો પ્રયાસ કરીને, એક પણ શબ્દ બોલ્યા વગર તે અદિતિને આપી દીધું. અદિતિએ તેના એક બાળકને એક હાથમાં પકડીને તેનો આભાર માન્યો, પણ નીતા પહેલેથી જ ગઈ ચૂકી હતી. બીજા દિવસે, અદિતિએ દાદર પર નીતાના હંમેશા ખુશખુશાલ બીગલ કૂતરા, મિષ્ટીનું સ્વાગત કરવાનો પ્રયાસ કર્યો, મિષ્ટીએ તેની પૂંછડી હલાવી અને અદિતિ તરફ કૂદવાનો પ્રયાસ કર્યો. પરંતુ નીતા ઝડપથી પટ્ટો ખેંચીને આગળ ચાલી ગઈ. અદિતિ એક ક્ષણ માટે સ્થિર ઉભી રહી, પોતાના જ કોરિડોરમાં અજાણી વ્યક્તિ જેવી લાગણી અનુભવી ને ઉભી રહી. બંને વચ્ચે તણાવ સ્પષ્ટ થઈ રહ્યો હતો. પડોશીઓએ પણ તે ઘણી વાર અનુભવ્યું - કેટલાક ગભરાઈને બોલ્યા, તો કેટલાકે ખભા ઉંચા કર્યા જાણે એમને કોઈ લેવા-દેવા ન હતા. પણ આ તણાવ હજુ પણ વર્તાતો હતો.પછી એક દિવસ, જેમ નસીબે નક્કી કર્યું હતું, એવો અકલ્પનીય કિસ્સો બન્યો. અદિતિનો દીકરો સોસાયટીના બગીચામાં રમતા રમતા પડી ગયો. તેના ઘૂંટણ પર ખૂબ જ ઈજા પહોંચી હતી અને તે ધ્રુસકે ને ધ્રુસકે મોટેથી રડી રહ્યો હતો. અદિતિ, જે હમણાં જ ફોન કરવા માટે દૂર ગઈ હતી, તે દોડીને પાછી આવી.

અદિતિની આંખો આશ્ચર્યથી પહોળી થઈ ગઈ જ્યારે તેણે નીતાને તેના છોકરા ની બાજુમાં પહેલેથી જ બેઠેલી જોઈ, તે તેના પર્સમાંથી ટીશ્યુ વડે હળવેથી ઘા લૂછી રહી

હતી અને બહાદુર સિંહ વિશે વાત કરી રહી હતી જેને ગમે એટલું વાગે તો પણ તે રડતો ન હતો. અદિતિએ નજીક આવતાં તેની ગતિ ધીમી કરી દીધી, જ્યારે તેણે જોયું કે તેનો દીકરો હજુ પણ નીતા સામે પ્રેમથી જોતો હતો, નીતાએ તેને આપેલી ચોકલેટ એણે પકડી રાખી હતી."તે બહાદુર છે," નીતાએ ઉપર જોયા વિના ધીમેથી અદિતિને કહ્યું.

અદિતિ તેની બાજુમાં બેસી ગઈ અને નીતાનો હાથ પકડીને કહ્યું, "આભાર અહીં રહેવા બદલ અને મારા દીકરા ની લાગણીસભર કેર કરવા બદલ."તે રાત્રે, અદિતિ તેના બાલ્કનીમાં બેઠી હતી. રેલિંગની પાછળ પાર, નીતા તેના છોડને પાણી આપી રહી હતી. અઠવાડિયામાં પહેલી વાર, તેમની નજર મળી અને અટકી ગઈ. એક ક્ષણ પસાર થઈ ગઈ. અદિતિએ તેનો હાથ સહેજ ઊંચો કર્યો. નીતાએ બદલામાં માથું હલાવ્યું.પછી હોળી આવી. સોસાયટીએ ટેરેસ પર પોટલક ડિનરનું આયોજન કર્યું - નાનું પરંતુ શાંતિપૂર્ણ, ફક્ત ડેકોરેશન, ડિનર અને ધીમા અવાજે સુમધુર સંગીત. અદિતિએ જવાનો પ્લાન નહોતો બનાવ્યો, પણ જ્યારે તેની દીકરીએ તેનો હાથ ખેંચીને કહ્યું, "મમ્મી... ઉપર જઈએ? લાઇટ્સ લગાવી છે, બહુજ સુંદર લાગે છે બધું," ત્યારે તે ના પાડી શકી નહીં. તે દીકરીને પકડીને સાદી કુર્તી પહેરીને ટેરેસ પર પહોંચી, અને ત્યાં નીતા ઊભી હતી—વૃદ્ધ શ્રીમતી શર્મા સાથે કાગળના ફાનસ ગોઠવી રહી હતી, તેની સાડી પવનમાં લહેરાતી હતી. બંનેની નજર મળી. એક ક્ષણ. થોડો વિરામ. અગાસી પર જાણે સન્નાટો છવાઈ ગયો."હાય," નીતાએ ધીમેથી કહ્યું."હાય," અદિતિએ તેની દીકરીનો દુપટ્ટો સરખો કરતા જવાબ આપ્યો."તે ખૂબ મોટી થઈ ગઈ છે," નીતાએ કહ્યું."તે હવે વાત કરે છે," અદિતિએ સ્મિત સાથે કહ્યું. "અને વકીલની જેમ દલીલ પણ કરે છે."નીતા હસી પડી. તેઓ ધીમેથી વાતો કરવા લાગ્યા — નીતા એ કહ્યું, "દિવાળીની રાત્રે હું ખૂબ જ વ્યસ્ત હતી, અને મેં તમારો વિચાર ન કર્યો અને તમારી અપેક્ષાઓ સમજવાનો પ્રયાસ ના કર્યો. એ માટે માફ કરશો."

અદિતિએ આશ્ચર્ય સાથે નીતા તરફ જોયું."મેં પણ ધીરજ ના રાખી," તેણે જવાબ આપ્યો. "હું થાકી ગઈ હતી બંને બાળકોની પાછળ દોડાદોડ કરીને અને તમારા માટે દિવાળીનું મહત્વ કેટલું અને કેવું છે એ વિચાર્યા વગર જ મેં તમારી લાગણીઓને દુભાવી. એ માટે મને પણ માફ કરશો.""હું પણ તમારી ભાવનાઓને સમજી ના શકી."

નીતા હસી પડી, પણ આંખોમાં હર્ષ અને માફીના મિશ્ર આંસુ સાથે. બંને હવે ભૂલી ચૂક્યા હતા કે તેમની વચ્ચે કોઈ ગેરસમજ ઉભી થઇ હતી. તેઓ હવે એકબીજા ના પડોશી તો હતાજ પણ સાથેસાથે બંને એકબીજાના ગાઢ મિત્ર બની ચુક્યા હતા. અદિતિએ ઉપર લહેરાતા ફાનસ તરફ જોયું. "હવે આપણી વચ્ચે જે વીતી ગયું એ બધું મૂર્ખતા ભરેલું લાગે છે, ખરું ને?""એ મૂર્ખતા નથી," નીતાએ કહ્યું. " આપણે પણ માણસ છીએ, કોઈ વાર થઇ જાય આવું."બાળકે ચમકતા ફાનસ તરફ હાથ લંબાવ્યો. નીતાએ તેની બેગમાંથી એક નાનું ગુલાબી ફાનસ કાઢ્યું અને બાળકને આપતા કહ્યું, "લે આ રહ્યું તારા માટે."નીતા એ અદિતિને કહ્યું, "હવે પછી આશા રાખીયે કે આપણા બંને વચ્ચે આ ફાનસની રોશની હંમેશા ઝળહળતી રહે."

અદિતિએ ધીમેથી વાત સ્વીકારી. "આભાર."દૂરથી કોઈએ હળવું ગીત વગાડવાનું શરૂ કર્યું. નીતાએ ડિનર તરફ ઈશારો કર્યો."આવો, ડિનર માં જલેબી પણ છે."

અદિતિ હસી પડી. "મીઠાશની આ એક જ ભાષા છે જે હું હંમેશા સમજું છું."

અને બસ, મૌન તૂટી ગયું.ઘોંઘાટથી નહીં, પણ અરસપરસના પ્રેમથી, એકબીજાના પરની લાગણીઓથી.લાંબા સમય સુધી અકથિત રહી ગયેલા શબ્દોથી.

બે સ્ત્રીઓએ એકબીજાને સ્પર્ધક કે દુશ્મન તરીકે નહીં પણ પડોશીઓ, મિત્રો, અને સૌથી અગત્યનું, માનવી તરીકે જોયા.તેમની વચ્ચે હવે એક જ ફાનસ ઝળહળતું હતું. તે હતું મૈત્રીનું અને જે પ્રશ્ન એક સમયે બંનેના હૃદયમાં ગુંજતો હતો - "શું મારી પડોશી મને સમજી શકે છે?" - તેનો જવાબ આખરે મળી ગયો.

નિવૃત્તિઃ પુનઃશોધની યાત્રા

ઉદય બારી પાસે તેમની પ્રિય ખુરશી પર બેઠા હતા, ક્ષિતિજ નીચે સૂર્યને ડૂબતો જોઈ રહ્યા હતા. સોનેરી પ્રકાશ તેમના ચહેરા પર ચમક ફેલાવી રહ્યો હતો, જે ચમક આ છેલ્લા અમુક વર્ષોમાં તેમના જીવનને વ્યાખ્યાયિત કરવા માટે આવેલી શાણપણ અને શાંતિને પ્રતિબિંબિત કરી રહી હતી. 65 વર્ષની ઉંમરે, જીવનમાં ઘણા વળાંક આવ્યા હતા, પરંતુ આ અંતિમ પ્રકરણોમાં જ તેમને જીવનનો સાચો અર્થ મળ્યો. તેમની પ્રિય પત્ની સીમાના અવસાન પછી, ઉદય ઊંડો ખાલીપો અનુભવતા હતા. એક સમયે હાસ્ય અને પ્રેમથી ભરેલું ઘર શાંત થઈ ગયું હતું. દુઃખ તેમને કોરી ખાતું હતું, અને તેની સાથે તેમના સ્વભાવમાં અણધાર્યો ફેરફાર આવ્યો. તેઓ ચીડિયા થઈ ગયા, નાની નાની બાબતોમાં તેમના બાળકો અને પૌત્રો પર ગુસ્સે થતા. તેમની પત્ની સીમાની ગેરહાજરી માટે તેમનું હૃદય દુઃખી થતું હતું. સીમા વિના, તેઓ જીવવાનો હેતુ શોધવા માટે સંઘર્ષ કરતા હતા. તેમની દુનિયા હચમચી ગઈ હતી, અને તેમના દુઃખમાં, તેઓ કુટુંબીજનો તરફથી ઉપેક્ષિત અનુભવવા લાગ્યા - જાણે કોઈ તેમને ખરેખર સમજી શકતું નથી એવી લાગણી સતત એમને કોરી ખાતી હતી. ઉદય વધુ ને વધુ રિજિડ બનતા ગયા, જૂની દિનચર્યાઓ અને નિયમોને કાયમ વળગી રહેતા, તે માનવા લાગ્યા હતા કે જો તે આ રીતે નહિ વર્તે તો આ દુનિયા એમને વધુ ને વધુ એકલા પાડી દેશે, અને પોતાના લોકો પર નિયંત્રણ જાળવવાનો આ એકમાત્ર રસ્તો છે. તેમની રિજિડ માનસિકતા વધુ તીવ્ર બની, અને તેમની આસપાસના લોકો તેમના પોતાના જેવીજ આબેહૂબ ડિસીપ્લીન્ડ લાઈફ જીવે તે આગ્રહ રાખવા લાગ્યા. તેઓ

અપેક્ષા રાખતા હતા કે તેમના બાળકો અને પૌત્ર-પૌત્રીઓ પોતે નક્કી કરેલા નીતિ-નિયમો અને ધોરણો પ્રમાણે જ જીવે; તેમને હંમેશા લાગતું કે શિસ્ત અને વ્યવસ્થા જ દરેક સમસ્યાનું સમાધાન છે. તેમનાં લાખ પ્રયાસ કરવા છતાં પણ પરિસ્થિતિ પહેલા જેવી રહી નહિ, ભૂતકાળમાં સીમા તરફથી મળતી હૂંફ, માનસિક સંતોષ અને આખો દિવસ બંને વચ્ચે ચાલતી મીઠી રકઝક જે હવે રહ્યી ન્હોતી -તેમનાં આ ધૂંધવાટનું એક કારણ આ પણ હતું.

ઉદયની હતાશા વધતી ગઈ. દરેક દિવસ તેમના માટે એક યુદ્ધ જેવો લાગતો હતો. તેમણે તેમના બાળકોની પસંદગીઓની ટીકા કરવાનું શરૂ કર્યું, તેઓ માનતા હતા કે તેઓ ખૂબ જ આધુનિક અને બેદરકાર છે. તેમણે તેમના પૌત્ર-પૌત્રીઓને પરંપરા પ્રત્યે આદર ન હોવા બદલ દોષિત ઠેરવ્યા, અને ધીમે ધીમે, તેઓ જાતે તેમના પરિવારથી દૂર થવા લાગ્યા. તેમને હંમેશા એવી લાગણી રહેતી કે તેમના ઘરમાં ઉપેક્ષા થઈ રહી છે. કોઈની પાસે એમના માટે સમય નથી. તેમના પોતાના ઘરમાં તેમનો અવાજ પીગળી રહ્યો હતો. તેમનું માનવું હતું કે કોઈ તેમનું દુઃખ સમજી શકતું નથી, અને એકલતાની આ પરિસ્થિતિમાં, તેઓ વધુ દૂર થઈ ગયા.

તેમની 15 વર્ષની પૌત્રી રિયાએ સૌપ્રથમ તેમની આંખો ખોલી. એક બપોરે જ્યારે તે વિચારોમાં ગરકાવ થયેલા હતા, ત્યારે કાળજી અને પ્રેમાળ હૃદય સાથે તે તેની પાસે ગઈ. રિયાની નાની કોમળ આંગળીઓના સ્પર્શથી વિચારોમાં મગ્ન ઉદય એકદમ ઝબકી ગયા અને કુતુહલતાપૂર્વક રિયાની સામે જોવા લાગ્યા."દાદા, મેં તમારા માટે કંઈક બનાવ્યું!" રિયાએ સ્કેચબુક પકડીને બતાવતા કહ્યું. ઉદયે તેના ચિત્રો જોવાનો પ્રયાસ કર્યો, એમના મનમાં એમ કે કલરફુલ પેન્સિલથી આડાઅવળા લીટા કાર્ય હશે... પણ જેમ જેમ તેણે પાનાં ખોલ્યા, તે આશ્ચર્યચકિત થઈ ગયા. તે જીવંત રંગોથી ભરેલા હતા - લેન્ડસ્કેપ્સ અને પોટ્રેટના સ્કેચ. પાસેની આ કલા કુદરતી ભેટ હતી, જે

તેણે ક્યારેય જોઈ ન હતી. એક ચિત્ર એ તેમને સૌથી વધુ પ્રભાવિત કર્યા : એક યુવાન તરીકેનો પોતાનો અને સીમાનો પોટ્રેટ, જે જોતા જ ઉદયની આંખોમાં હર્ષના આંસુ આવી ગયા. તે લાંબા સમય સુધી તેને જોતા રહ્યાં. સીમાની યાદથી તેનું હૃદય ભરાઈ ગયું - પણ તેનાથી પણ વધુ, રિયાએ ઉદય અને સીમાની એ ભાવુક ક્ષણને કેદ કરી હતી. પોટ્રેટ એક અવિસ્મરણીય યાદ અપાવતું હતું કે જીવન ફક્ત નિયમો અને અપેક્ષાઓથી જ નહીં, પણ પ્રેમ અને જોડાણથી ભરેલું હોય છે. તે સાંજે, કંઈક બદલાયું. જ્યારે તે તેના પરિવાર સાથે બેઠો હતો, ત્યારે તેને સુધારવાની કે લાદવાની જરૂર ન લાગી. વર્ષો પછી પહેલી વાર, તે ફક્ત હાજર હતો - શીખવવાનો પ્રયાસ કરતા પિતા તરીકે નહીં, કે ઉદાહરણ બેસાડતા દાદા તરીકે નહીં - પરંતુ જીવનના બદલાતા પ્રવાહોને સ્વીકારતા માણસ તરીકે.

પછીના મહિનાઓમાં, ઉદયમાં એવી રીતે પરિવર્તન આવવા લાગ્યું કે તેમણે ક્યારેય કલ્પના પણ ન કરી હોય. તેમણે પોતાની સખ્ત દિનચર્યાઓથી મુક્ત થઈને નવા શોખ અપનાવ્યા. તેમણે ચિત્રકામ શરૂ કર્યું - જે તેઓ હંમેશા પ્રયાસ કરવા માંગતા હતા પરંતુ ક્યારેય સમય કાઢ્યો ન હતો. તે માસ્ટરપીસ બનાવવા વિશે નહોતું - તે પોતાની જાતને વ્યક્ત કરવા, રંગોના મિશ્રણમાં આનંદ મેળવવા અને ખાલી કેનવાસને જીવંત બનતા જોવા વિશે હતું. જ્યારે શબ્દો નિષ્ફળ ગયા ત્યારે કલાએ તેને અવાજ આપ્યો. તેમણે લેન્ડસ્કેપ્સ, પોટ્રેટ અને તેમની લાગણીઓના અમૂર્ત પ્રતિબિંબો દોર્યા. પરંતુ તેઓ તેમના કાર્યને શેર કરવા, તેમની કલા દ્વારા અન્ય લોકો સાથે જોડાવા માટે ઝંખતા હતા.હંમેશા જિજ્ઞાસુ અને સોશિયલ મીડિયાની જાણકાર, રિયાએ તેમના પુરજોશથી વિકસી રહેલા શોખ પર ધ્યાન આપ્યું. "દાદા, તમે તમારા ચિત્રો ઓનલાઈન કેમ શેર નથી કરતા?" રિયાએ સૂચન કર્યું. "લોકો તમારા પેઈન્ટિંગ્સને લાઈક કરશે અને તમને પ્રસિદ્ધિ મળશે!" તે થોડા અચકાયા. સોશિયલ મીડિયા તેમના માટે પરિચિત વિષય નહોતો. જોકે, રિયાએ ધીરજપૂર્વક તેમને

માર્ગદર્શન આપ્યું, દાદાને સોશિયલ મીડિયા પર એકાઉન્ટ બનાવવામાં, તેમની કલાકૃતિ અપલોડ કરવામાં અને તેમની લાગણીઓને કેપ્શનમાં લખવામાં મદદ કરી.

"તમારી કલાને જ પોતાને માટે બોલવા દો," રિયાએ ખુશ થઈને કહ્યું.

તેમના આશ્ચર્ય વચ્ચે, લોકોએ પ્રતિક્રિયા આપવાનું શરૂ કર્યું. દર્શકોએ તેમના કાર્યની પ્રશંસા કરી. તેમની વાર્તા અને કલાથી પ્રભાવિત થયેલા અજાણ્યા લોકો તરફથી ઢગલાબંધ લાઈક્સ અને પ્રશંશનીય કોમેન્ટ્સનો વરસાદ શરુ થયો. રિયા દ્વારા પ્રોત્સાહિત થઈને, શ્રી ઉદયે તેમના ચિત્રો ઓનલાઇન વેચવાનું શરૂ કર્યું. એકલતાનો અભાવ દૂર કરવાના શોખ તરીકે જે શરૂ થયું, તે એક જુસ્સો બની ગયું - અને આવકનું સાધન પણ. અને પછી, ઉદયે સપનામાં પણ વિચાર્યું નહોતું કે આ શોખ તેમને આખા વિશ્વમાં પ્રસિદ્ધિ અપાવશે. જેમ જેમ તેમના ઓનલાઈન ફોલોઅર્સ વધતા ગયા, તેમ તેમનો આત્મવિશ્વાસ પણ વધતો ગયો. તેમને વિશ્વભરના લોકો તરફથી તેમની કલા અને સર્જનાત્મકતા માટે આભાર માનતી કોમેન્ટ્સ મળવા લાગી. તેમની કલા ઓનલાઈન ગેલેરીઓમાં પ્રદર્શિત થઈ, અને કમિશનનો વરસાદ શરૂ થયો. પૈસા કમાવવા તેમના માટે ગર્વની વાત હતી - પરંતુ વધુ મહત્ત્વની વાત એ છે કે તેનાથી તેમને જીવન આનંદમય રીતે જીવવા માટે નવો રસ્તો મળી ગયો.

એક સાંજે, પરિવાર સાથે બગીચામાં ફરતા, તેમના દીકરા રાજે કહ્યું, "પપ્પા, તમે કેટલું બધું સિદ્ધ કર્યું છે તેનો મને ખુબ ગર્વ છે. આ અદ્ભુત છે." શું વાત છે બેટા, આ તું કહે છે? કહેતાં તેમનું હૃદય ભરાઈ ગયું. " તેમના ચહેરા પર ચમક આવી ગઈ ,ખ્યાતિ કે પૈસા નહિ,પરંતુ ફરીથી આનંદભેર જીવવાનું શરૂ કરવા માટે. તે હવે તેના બાળકોની પસંદગીઓ કે તેઓ કેવી રીતે જીવે છે તેના પર ધ્યાન આપતા નહોતાં. તેમને સમજાયું કે તેમની શિસ્ત એક ઢાળ હતી - દુઃખનો સામનો કરવાનો એક માર્ગ. પરંતુ હવે, તેમણે જોયું કે પ્રેમ અને સમજણ, ડિસિપ્લિન કરતા વધુ શક્તિશાળી હતાં.

તે હવે સંવેદનશીલ બનવાથી ડરતા નહોતાં. તેમણે પરિવર્તનને સ્વીકાર્યું અને જીવનને નિયંત્રિત કરવાનો પ્રયાસ કર્યા વિના તેને સ્વતંત્રતાથી વહેવા દીધું.શાંત ક્ષણોમાં, તેમણે પોતાની સફર પર વિચાર કર્યો. સીમાને ગુમાવવી એ તેમના જીવનનું સૌથી મુશ્કેલ પ્રકરણ હતું - પણ તે તેમના પરિવર્તનની શરૂઆત પણ હતી. પીડા દ્વારા, તેમણે પોતાની જાતને ફરીથી શોધી કાઢી. તેમણે શીખ્યું કે ખુશી બીજાઓને નિયંત્રણમાં રાખવાથી કે તમારા માર્ગો પર ચાલવાનો દુરાગ્રહ રાખવાથી આવતી નથી. ખુશી અને સંવાદિતા આવે છે પોતાના લોકોને સાથે રહીને જીવવાથી, એકબીજાને સમજવાથી.હાસ્ય અને પ્રેમથી ઘેરાયેલા, શ્રી ઉદયને પરિપૂર્ણ જીવનની ચાવી સમજાઈ: એકબીજાને સમજવું, કરુણા આપવી અને ખુલ્લા હૃદયથી પરિવર્તનને સ્વીકારવું.

તેમના પરિવારજનોનો પ્રેમ અને લાગણી તેમને હૃદયના ઊંડાણ સુધી સ્પર્શતા હતા - કારણ કે તેમણે બીજાઓને સમજવાનું અને વધુ અગત્યનું, પોતાને સમજવાનું પસંદ કર્યું હતું.

ઉદયની વાર્તા આપણને યાદ અપાવે છે કે બીજાઓને સમજવાની શરૂઆત પોતાને સમજવાથી થાય છે. જ્યારે આપણે કઠોર બનીએ છીએ અને આપણા દૃઢ માન્યતાઓના માર્ગમાં અટવાઈ જઈએ છીએ, ત્યારે આપણે ઘણીવાર ગેરસમજ અને ઉપેક્ષા અનુભવીએ છીએ. પરંતુ જ્યારે આપણે આપણા હૃદય ખોલીએ છીએ, પરિવર્તનને સ્વીકારીએ છીએ અને બિનજરૂરી અપેક્ષાઓ છોડી દઈએ છીએ, ત્યારે સાચા અર્થમાં પરસ્પરના સંબંધોમાં સુમેળતા અને નિકટતા ઉભી થાય છે.

બીજાઓની નજરથી દુનિયાને જોઈને, સાહજિકતા અને સમજણશક્તિથી આપણે ફક્ત પોતાને જ સાજા કરતા નથી - આપણે આપણી આસપાસના લોકો સાથે ઊંડો સુમેળસભર સંબંધ વિકસાવીએ છીએ. આમ કરવાથી ક્યારેય પણ ખાલીપણાનો કે એકલતાનો એહસાસ નહીં થાય અને “કોઈ તો સમજો મને” એવું ક્યારેય કહેવું નહીં પડે.

ફરીથી શરુઆત

અનિલ દેશમુખ દરરોજ સવારે બારી પાસે બેસીને દુનિયાને આગળ વધતી જોતા હતા, જાણે ગુમસુમ પોતાના વિચારોમાં મગ્ન રહેતા હતા. તેમના નાસિકના ઘરના બહારની શેરી તેમના સામાન્ય લય સાથે જીવંત હતી - સાયકલની ઘંટડીનો રણકાર ઘંટ, ચાની દુકાનો, દૂરથી સંભળાતો મંદિરનો ઘંટ નો અવાજ-, પરંતુ તેમના હૃદયમાં ફક્ત એકલતા, બેચેની અને એક અજબ ખાલીપો હતો., જાણે બધું નિયંત્રણમાંથી છૂટી રહ્યું હતું જે તે સમયે અનિલને એવું લાગતું હતું કે દુનિયા તેની મુઠ્ઠીમાં છે. સાઠ વર્ષની ઉંમરે, ભારતીય રેલ્વેમાંથી નિવૃત્ત અનિલ પાસે તે બધું હતું જેના માટે તેણે કામ કર્યું હતું - નાણાકીય સ્થિરતા, ઘર, પેન્શન. અને આટલું હોવા છતાં કંઈક ખૂટતું હોય એ ભાવના સતત મનમાં રહ્યા કરતી હતી. તેમનું સવારનું રૂટિન દૈનિક પૂજા-પાઠથી સાથે શરૂ થતું. આટલા ધાર્મિક હોવા છતાં પણ અમુક કુટેવો એ છોડી શકતા ન્હોતાં,જેમકે ચાર-પાંચ વાર ચા કે કોફી અને સતત સિગરેટ પીવાની આદત, રોજ સવારે છાપું વાંચવું અને આજની યુવાન પેઢી વિશે પૂર્વગ્રહ રાખીને વિચાર્યા કરવું. રાતે સૂતા પહેલાં વ્હિસ્કીના બે પેગ અચૂક લેતા. "ફક્ત હળવા થવા માટે," પરંતુ સત્ય એ હતું કે, વ્હિસ્કી અને ધૂમ્રપાન હવે ભોગવિલાસ રહ્યા નહતા,તે જાણે એમના જીવનનો આધારસ્તંભ બની ગયા હતા. તે ખાલીપો દૂર કરવા માટે તેના પર આધાર રાખવા લાગ્યા હતા, તે જાણતા ન હતા કે કેવી રીતે તેનાથી છુટકારો મેળવવો.

તેમનો દીકરો કૈવલ, જે એક સમયે તેમની સાથે ને સાથે રહેતો , હવે એક અદ્રશ્ય ચહેરો બનવા લાગ્યો હતો. એક સમયે પપ્પા સાથે ખુશખુશાલ ,સાથે બેસીને મોડેલ

ટ્રેનો બનાવવી, સ્કૂટર ચલાવવું, વાર્તાઓ કહેવી - હવે તેમની વાતચીત નિઃશબ્દ બની ને સંકુચિત થઈ ગઈ હતી. 24 વર્ષના કૈવલે ફોટોગ્રાફી કરવાનો નિર્ણય લીધો હતો, અનિલે જૂના સંપર્કો દ્વારા ગોઠવેલી એન્જિનિયરિંગ નોકરીને કૈવલે નકારી કાઢી હતી. આ નિર્ણયથી વચ્ચે ઘણીવાર બોલચાલ થઈ ચૂકી હતી. આ વાતને લઈને બંને વચ્ચે જરૂર કરતાં વધારે અંતર પડી ગયું હતું. "તે હવે મારો આદર કરતો નથી," અનિલે આદત વશ પોતાની જાત સાથે વાત કરતા કહ્યું. પરંતુ ઊંડાણમાં તે જાણતો હતો કે તે પોતે હવે કૈવલને સમજી શકતો ન હતો, અને કદાચ તેણે ખરેખર ક્યારેય પ્રયાસ કર્યો ન હતો.

દરમિયાન બીજી બાજુ અમદાવાદ શહેરમાં, કવિતા શાહ નામની વ્યક્તિએ તેના બુટીકમાં મેનેક્વિનને પહેરાવેલા ડ્રેસના પ્લીટ્સ ગોઠવ્યા, પણ તેનું મન બીજે ક્યાંક હતું. 46 વર્ષની ઉંમરે, કવિતાએ એક એવો વ્યવસાય બનાવ્યો હતો જેના પર તેણીને એક સમયે ગર્વ હતો - એક પરંપરાગત બુટીક જે કાળજીપૂર્વક ક્યુરેટ કરેલા ટ્રેડિશનલ વસ્ત્રોથી ભરેલો હતો. તે વોક-ઇન ગ્રાહકો, ફેસ ટુ ફેસ પબ્લિસિટી અને પડોશીઓ દ્વારા પ્રશંસાથી સમૃદ્ધ થયો હતો.

પરંતુ હવે, મૂલાકાતીઓની સંખ્યા ધીમી પડી ગઈ હતી. ટ્રેન્ડ્સ ડિજિટલ બનતા હોવાના કારણે, ફેશનમાં બદલાવ ખૂબ જ ઝડપથી થઈ રહ્યા હતા, અને યુવાન ગ્રાહકોને હવે તેની ડિઝાઇન ટ્રેન્ડ મુજબ ચાલી શકે એવી લાગતી નહોતી. તે જાણતી હતી કે સમસ્યા શું છે: તે પાછળ પડી ગઈ હતી. એટલા માટે નહીં કે તેનામાં પ્રતિભાનો અભાવ હતો, પરંતુ એટલા માટે કે તે પરિવર્તન, ટેકનોલોજી અને ઉપહાસથી ડરતી હતી, તેની દીકરી ઈશા, જે સોશિયલ મીડિયામાં નિષ્ણાત અને સાયકોલોજિસ્ટ હતી, તે ઘણીવાર તેને પ્રોત્સાહિત કરતી હતી: "મમ્મી, ચાલો એક રીલ શૂટ કરીએ. ચાલો હું તમને બતાવું કે તે કેટલું સરળ છે." કવિતા હંમેશા નરમ

પણ હઠીલા અવાજે જવાબ આપતી હતી, "અત્યારે નહીં, બેટા." પરંતુ અત્યારે નહીં તે ક્યારેય સમય વિશે નહોતું. તે ડર વિશે હતું. કવિતા ડરતી હતી. કવિતાએ એક નવી દિનચર્યા વિકસાવી હતી જેની તેણે કોઈની સાથે ક્યારેય ચર્ચા કરી ન હતી - કલાકો સુધી રીલ્સ સ્ક્રોલ કરવી, નિયમિતપણે ટેલિવિઝન ડ્રામા શ્રેણી જોવી, જે તેને ગમતી પણ નહોતી, અને રાત્રે અર્થહીન મોબાઈલ ગેમ્સ રમવી. "હું ફક્ત આરામ કરી રહી છું," તે પોતાને કહેતી. પરંતુ તે આરામ કરી રહી ન હતી. તે છટકી રહી હતી - તેની ઝાંખી પડતી સુસંગતતા, નિષ્ફળતાના ડર અને વધતું જતું ખાલીપણું જેનો સામનો કેવી રીતે કરવો તે વિશે તેને ખબર પડતી ન્હોતી.

બીજી બાજુ અનિલ પણ દિશાહીન થઈ અને કુટેવોના પ્રભાવમાં પોતાની રીતે દોડી રહ્યો હતો. તેણે ઘણી વખત પોતાના દુર્ગુણો છોડવાનો પ્રયાસ કર્યો હતો. તે મંદિરોમાં ગયો હતો, ઠંડા આરસપહાણના ફ્લોરને કપાળે સ્પર્શ કર્યો હતો અને પ્રતિજ્ઞા લીધી હતી. "હવે ધૂમ્રપાન નહીં. હવે દારૂ નહીં," તેણે ભગવાન શિવને કેટલીય વાર કહ્યું, પરંતુ ચાર કલાક પછી બીજી સિગારેટ સળગાવતો. ચક્ર અવિરતપણે પુનરાવર્તિત થતું - અપરાધભાવમાં આપેલા વચનો, મૌનમાં ભાંગી જતા. પહેલો શ્વાસ, પહેલો ઘૂંટ - હંમેશા શરમ અને પછી શરણાગતિ. જાણે તેનું પોતાના પર કોઈ વર્ચસ્વ જ ન હતું. તેને ખ્યાલ નહોતો કે તે ફક્ત નિકોટિન કે દારૂનો વ્યસની નહોતો - તે કુટેવોના સહારે સાચી પરિસ્થિતિને અવગણવાનો વ્યસની હતો. પીવાના વ્યસને ખાલી ઘરમાં પડતા એકલતાના પડઘા શાંત પાડી દીધા હતા, સિગારેટે તેના પુત્રની ગેરહાજરીની તીવ્રતાને ઓછી કરી દીધી હતી, અને પૂજા-પાઠે તે સત્યને ઢાંકી દીધું હતું કે જેનો સામનો કરવા તે તૈયાર નહોતોઃ તેનો ફક્ત કૈવલ સાથે જ નહીં, પણ પોતાની જાત સાથેનો સંપર્ક તૂટી ગયો હતો. એક સવારે જ્યારે તેણે રોજિંદી ટેવ મુજબ છાપું વાંચવાનું શરૂ કર્યું ને અચાનક જ તેને ગભરામણ થવા લાગી. તે હૃદયરોગનો હુમલો નહોતો, પણ ડોક્ટરોએ ચેતવણી આપી હતી કે, "તમારા ફેફસાં બગડી રહ્યા છે.

તમારા લીવર પર દબાણ વધી રહ્યું છે. તમારે વ્યસન સંપૂર્ણપણે બંધ કરવું પડશે." તે સાંજે, સિગારેટ સળગાવવાને બદલે, તેણે દીવો પ્રગટાવ્યો. તેણે બહુ પ્રયત્ન કર્યા પરંતુ તેની તલપ ઓછી થઈ નહિ, જે વધુ તીવ્ર અને બેકાબૂ બનતી ગઈ. તેણે અડધું ડ્રિન્ક બનાવ્યું અને પછી તેને સિંકમાં ઢોળી દીધું. પરંતુ એક કલાક પછી, તેણે બીજું ડ્રિંક બનાવ્યું અને ટેરેસ પર શાંતિથી પૂરું કર્યું.

તે રાત્રે તે ખૂબજ રડ્યો. શું કરવું અને શું ન કરવું એ સમજાતું નહોતું. આખી રાત આ વ્યસનમાંથી બહાર કઈ રીતે આવવું એ વિચારતો રહ્યો, અને કુદરતની કરામત તો જુવો, મનની તીવ્ર ઈચ્છા હતી કે વ્યસન છોડી દે ત્યાંજ વહેલી સવારે એક મિત્ર તેને મળવા આવ્યો. સંકોચ સાથે તેણે તેના એ મિત્રને પોતે વ્યસન છોડવા માંગે છે એ વાતનો ઉલ્લેખ કર્યો. એનો એ મિત્ર એટલે કે નિવૃત્તિની પળોનો સાથીદાર. તેના મિત્રએ એક વાત કહી જે અનિલના મગજ માં ઉતારવા લાગી. તેના મિત્રએ તેને ચક્ર હીલિંગ અને ઔરા ક્લીનઝિંગ વિશે વાત કરી. તેના મિત્રએ તેને સમજાવ્યું કે આ કોઈ જાદુ નથી પણ એક પદ્ધતિસર ની પ્રેક્ટિસ છે, તે જાગૃતિ છે. આ પ્રક્રિયા તને અંદર દબાવીને રાખેલી તારી લાગણીઓને બહાર લાવવામાં મદદ કરશે અને નક્કી કરેલા ધ્યેયને પ્રાપ્ત કરી શકાશે. જૂની કુટેવોને જડમૂળથી ઉખાડી નાખવામાં મદદ કરશે.' ગુમાવવા માટે કંઈ બાકી ન હોવાથી, અનિલે માર્ગદર્શિત ધ્યાન કરવાનો પ્રયાસ કર્યો. તે એક સરળ હૃદય ચક્ર પ્રેક્ટિસ હતી. તેણે આંખો બંધ કરી અને સાંભળ્યું. જેમ જેમ શાંત અવાજ કરુણા અને ક્ષમા વિશે બોલતો હતો, તેમ તેમ યાદો ઊભરી આવી - બાળપણમાં કૈવલ, તેનું હાસ્ય, તેના ચિત્રો, હોલમાં તેના પગલાઓનો અવાજ. પીડા એક લહેરની જેમ આવી, અને આંસુ પણ આવ્યા. તેણે દરરોજ તે કરવાનું શરૂ કર્યું: શ્વાસ પર ધ્યાન કેન્દ્રિત કરીને, સૌમ્ય સંગીત, ચક્ર સમર્થન. ખાસ કરીને આંતરિક શક્તિ માટે સૌર નાડી અને તે શબ્દો માટે ગળાના (વિશુદ્ધા) ચક્ર પર ધ્યાન કેન્દ્રિત કરીને પોતાની જાતને આનંદમય અને વ્યસનમુક્ત

વિઝ્યુઅલાઇઝ કરવાનું ચાલુ કર્યું, જે તેણે ક્યારેય કર્યું ન હતું. તેણે પોતાની ઈચ્છાઓને પણ એફર્મેશન લખવાની એક ડાયરીમાં લખવાનું શરૂ કર્યું. "જ્યારે હું ધૂમ્રપાન કરવા માંગુ છું ત્યારે મને શું લાગે છે? હું દારૂ પીવાનો પ્રયત્ન કરું છું એ મારા માટે કેટલું નુકસાનકારક છે એ વાતનો ભાસ એને થવા લાગ્યો" એટલું શરૂ કર્યા બાદ પણ તે અમુક વાર લાલચમાં આવી જતો અને મુશ્કેલ સમયમાં ક્યારેક ધૂમ્રપાન કરતો હતો. પરંતુ હવે, તે તેના વિશે પોતાની જાત સાથે જૂઠું બોલતો ન હતો. તેણે તેનો સામનો કર્યો. અને તેનાથી ઘણો ફરક પડ્યો.

બીજી તરફ કવિતાનું પરિવર્તન વધુ સૂક્ષ્મ રીતે થયું. એક સાંજે, તે ક્લાયન્ટની મુલાકાત ચૂકી ગઈ કારણ કે તે રીલ્સ જોવા માં ખૂબ જ ડૂબી ગઈ હતી. તેના ઇન્સ્ટાગ્રામના ફોલોવરે ટિપ્પણી કરી, "મેડમ, તમે આ દિવસોમાં બદલાઈ ગયા છો." શબ્દો ડંખતા હતા. તે રાત્રે, તેના મોબાઇલની બેટરી ઉતરી ગઈ હતી, અને તે કાળા સ્ક્રીનમાં તેના પ્રતિબિંબને જોતી રહી. સોજાવાળી થાકેલી આંખો. ડ્રાય થઇ ગયેલી ત્વચા. એક સ્ત્રી જે એક સમયે બુટિકના સાઇનબોર્ડ પર પોતાનું નામ જોવાનું સ્વપ્ન જોતી હતી તે હવે રીલ્સ અને ટીવી સિરિયલોની વ્યસની બની ગઈ હતી. મોબાઇલની લતે જાણે એની જિંદગી નીરસ કરી નાખી હતી. બીજા દિવસે સવારે, તેણે મહિનાઓ પહેલા ઈશાએ તેને આપેલી એફર્મેશન લખવાની એક ડાયરી ખોલી. તેણે ડાયરીમાં એક જ વાક્ય લખ્યું: "મને પાછળ રહી જવાનો ડર છે." તેણે એ પણ લખ્યું કે: મને ડર છે કે મારો સમય પસાર થઈ ગયો છે. મને ડર છે કે હવે મારી જરૂર નથી,અને એનું છેલ્લું વાક્ય એનામાં આવનાર બદલાવની સાક્ષી હતું, એણે લખ્યું કે: "પણ કદાચ હું ફરીથી શરૂઆત કરી શકું છું." તેણે મોબાઈલમાંથી ગેમ્સ કાઢી નાખી અને એક અઠવાડિયા માટે તેણે સોશિયલ મીડિયા બ્લોક કરી દીધું. તે તેના ડિઝાઇન ટેબલ પર કાપડના ટુકડા અને સ્કેચ પેન્સિલ સાથે બેઠી. તેની આંગળીઓ અચકાઈ, પણ ધીમે ધીમે એનો આત્મવિશ્વાસ વધતો ગયો. એની દોરેલી આધુનિક ડિઝાઇન અલગ

ન હતી, પરંતુ તે વાસ્તવિક હતી. થોડા દિવસો પછી, તેણે ઈશા તરફ જોયું અને કહ્યું, "શું તું મને રીલ કેવી રીતે શૂટ કરવી તે શીખવાડીશ?" ઈશાની આંખો ચમકી ગઈ. "શું મમ્મી, તું સિરિયસલી આ વાત કહે છે? તારે ખરેખર શીખવું છે?" કવિતા શરમાઈને હસવા લાગી અને બોલી, "ચાલો પ્રયત્ન કરીએ." તેમણે મળીને રીલ શૂટ કરી. તેની પહેલી રીલ બહુ પ્રોફેશનલ કે પ્રભાવશાળી નહોતી, પરંતુ પ્રામાણિકતાથી ભરેલી હતી. પ્રતિસાદ ખૂબ જ સકારાત્મક હતો. ફોલોવર્સ કોમેન્ટમાં લખતા કે "તમે મને મારી મમ્મીની યાદ અપાવો છો," "તમારી રીલ ખૂબ જ ઉપયોગી છે," "શરૂ કરવા માટે ક્યારેય મોડું થયું નથી." કવિતાને વાયરલ થવાની કોઈ પરવા નહોતી. તે પોતાની નજારોમાં સન્માન પામવા લાગી હતી જેનો તેને ગર્વ મહેસૂસ થતો હતો. એક સ્વમાનભેર વ્યક્તિત્વ ફરીવાર વિકસી રહ્યું હતું.

અનિલ પણ નિયમિતપણે ચક્ર હીલિંગ અને મેડિટેશન કરતો હતો, જેના કારણે પ્રેરિત થઈને કૈવલને સંદેશ આપ્યો: "હું તારી ફોટોગ્રાફીની દુનિયા જોવા અને સમજવા માંગુ છું. શું તું મને એ દુનિયા બતાવીશ?" શરૂઆતમાં વિડીયો માં કૈવલ જે બતાવતો એમાં અનિલને ખાસ સમજણ ન્હોતી પડતી,કૈવલે પડેલા ફોટોગ્રાફ્સ જેવાં કે ફૂટપાથ પર ઉભેલા ફેરિયાઓના ચેહરા પરનું સ્મિત,રિક્ષાચાલકોના નેચરલ ફોટા,વૃદ્ધ હાથ અને ચેહરા પર દેખાતી કરચલીઓના લાક્ષણિક ફોટા. કૈવલે કહ્યું આ બધા સામાન્ય લોકો દુનિયા માટે ખાસ કોઈ મહત્વ નથી રાખતા પરંતુ હું ઈચ્છું છું કે દુનિયા તેમને જુવે અને તેમના કામની પ્રશંસા કરે. અનિલને ફોટોગ્રાફી સંપૂર્ણપણે સમજાઈ ન હતી, પરંતુ તે ફોટોગ્રાફી પાછળનો કૈવલનો હેતુ સમજી ગયો - કરુણા. અને પહેલી વાર, તેણે પોતાના પુત્રને એન્જિનિયરિંગની તક નકારનાર છોકરા તરીકે નહીં, પરંતુ બતાવનાર અને સહાનુભૂતિ અપાવનાર માણસ તરીકે જોયો. તેઓ વધુને વધુ નજીક આવવા લાગ્યા. તેમની વચ્ચે વિડીયો કોલ અને ફોન પર વાતચીત વધવા લાગી, જાણે બે મિત્રો વાતો કરતા. અનિલે ફરીથી સ્કેચિંગ શરૂ કર્યું - લોકોમોટિવ્સ,

લેન્ડસ્કેપ્સ, અને થોડા પોટ્રેટ્સ પણ. સ્કેચ બનવાનું શરૂ થયું, એક નવી ઊર્જા સાથે, જેનું કૈવલ અવારનવાર અપડેટ લેતો રહેતોઃ કયું નવું સ્કેચ બનાવ્યું? આ સ્કેચ શું કહેવા માંગે છે? કૈવલના રસપ્રદ સવાલો અનિલમાં જોશ પૂરતા હતા. કૈવલે તેના પિતાના સ્કેચમાંથી એક સ્કેચ લઈને સુંદર ફ્રેમમાં મઢ્યું અને તેને તેના સ્ટુડિયોમાં ફ્રેમ કર્યું જેમાં કેપ્શન હતુંઃ "પાછા ફરવાની સફર સૌથી હિંમતવાન છે." બે મહિના પછી, અનિલે સંપૂર્ણપણે ધૂમ્રપાન છોડી દીધું. તેનું દારૂ પીવાનું દુર્લભ બન્યું. તૃષ્ણાઓ ઓછી થઈ ગઈ - બળજબરીથી નહીં, પરંતુ પ્રેમ દ્વારા. રોજબરોજની વાતચીત દ્વારા ક્યારેક ફોટોગ્રાફી વિશે, ક્યારેક ટ્રેન વિશે, તો વળી ક્યારેક ફક્ત જીવન વિશે.

કવિતાએ તેના બુટિકનું નામ બદલીને રિવાઇવ કર્યું - ડિઝાઇન્સ ફોર ધ સોલ. દરેક ડિઝાઇન કરેલ ડ્રેસ સાથે એક હસ્તલિખિત નોંધ હતીઃ "હૃદયથી બનાવેલ, એક સ્ત્રી તરફથી જેણે પોતાની જિંદગી રીડીઝાઇન કરી." ધીમે ધીમે ગ્રાહકો વધવા લાગ્યા, પરંતુ વધુ મહત્વની વાત એ છે કે તેણે પોતાની જાતને પાછી મેળવી. ખોવાયેલી કવિતા મળી ગઈ.

પરિવર્તન સહેલું પણ નહતું કે સંપૂર્ણ પણ નહિ, તેમના મનના અંદરના ખૂણે હજુ પણ ક્યારેક જૂની વેદનાઓની પીડા હતી, ક્યાંક જૂની કુટેવો તરફ ખેંચાવાની તલપ હતી, અને તેઓ જૂની આદતોના ખેંચાણનો અનુભવ કરતા હતા. પરંતુ હવે તેમની પાસે સાધનો હતા - જાગૃતિ, શ્વાસ, પ્રામાણિકતા અને સમજણ. પોતાને, તેમના બાળકો વિશે અને વર્ષોથી તેમની અંદર રહેલી પીડા વિશે સમજણ. અંતે, વાસ્તવિક વળાંક કોઈ નાટકીય હાવભાવ નહોતો. તે ખોટી દિશામાં દોડવાનું બંધ કરવાનો, શાંત મન સાથે બેસવાનો, સંબંધોને સમજવા અને સાંભળવાનો, પોતાની જાતને બદલવાનો શાંત નિર્ણય હતો - બીજા કોઈ માટે નહીં, પરંતુ પોતાની શાંતિ માટે. કારણ કે પીડાનો ઉપચાર નિયંત્રણથી નથી થતો. તે જોડાણથી થાય છે. સ્વ સાથે. જેને આપણે પ્રેમ કરીએ છીએ તેની સાથે. અને સત્ય સાથે - કે આપણે આખરે સામનો કરવા તૈયાર છીએ.

કારકિર્દી અને સંબંધોની સમતુલા

૩૨ વર્ષીય આર્યન કપૂર એ એવું નામ હતું, જે દેશભરના બોર્ડરૂમ અને નાણાકીય વર્તુળોમાં ચર્ચાતું હતું. દેશના સૌથી મોટા મ્યુચ્યુઅલ ફંડ હાઉસના એક એવા સૌથી યુવાન CEO, જેને એક સ્વપ્નદ્રષ્ટા અને રોકાણ વ્યૂહરચનાના પ્રતિભાશાળી વ્યક્તિ તરીકે બિરદાવવામાં આવતા હતી. હેડલાઈન્સમાં તે "ધ વિઝાર્ડ ઓફ વેલ્થ" કહેવાતા. કોર્પોરેટ વર્લ્ડમાં તેમની ઈર્ષ્યા થતી હતી, આમ છતાં આર્યન પોતે ઈસ્ત્રીટાઇટ સૂટ બૂટ અને અબજો ડોલરના નિર્ણયો લેનાર વ્યક્તિત્વ પાછળ એક એવો માણસ હતો, જે કંઈક અલગ હતો.આર્યનનું બાળપણ વૈભવી જીવનશૈલીમાં વિત્યું - મોંઘા રમકડાં, કક્ષાનું શાળા શિક્ષણ અને ભવ્ય વેકેશન્સ. આર્યન એક નમ્ર, શરમાળ અને ખુશખુશાલ બાળપણ ધરાવતો છોકરો હતો, તે સંગીત પ્રેમી પણ હતો અને દયાભાવના માં માનનાર હતો. જીવનનો આ સુવર્ણકાળ બહુ લાંબો ચાલ્યો નહિ. એક વ્યવસાયિક કટોકટીએ તેના પિતાનું સામ્રાજ્ય તોડી નાખ્યું. કુટુંબે નાણાકીય કટોકટીનો સામનો કરવો પડ્યો, છતાં આર્યનના માતા પિતા એ નિશ્ચિત કર્યું કે આર્યનનું શિક્ષણ ગૌરવ સાથે ચાલુ રહે પરંતુ પિતાના આ સંઘર્ષે આર્યનના જીવનને નવો આકાર આપ્યો. તેણે ખુબ લગનથી અભ્યાસ કર્યો અને અને તનતોડ મહેનતથી પોતાનું સામ્રાજ્ય બનાવવા લાગ્યો, અને તેના પરિણામ સ્વરૂપે તેને ખુબ સફળતા મળી. જે સરળ તો નહોતી જ પરંતુ તેના હાર્ડ વર્ક ને નસીબ બનેએ તેને સફળતામાં ખુબ સાથ આપ્યો.

આર્યનની જીવન સંગીની સંભવીનો જેનો જન્મ એક ધનવાન પરિવારમાં થયો હતો, તે પોતે પણ ટોચની આંતરરાષ્ટ્રીય સંસ્થામાંથી શિક્ષિત હતી અને કોર્પોરેટ વર્લ્ડમાં નેતૃત્વ કરી શકે એટલી સક્ષમ હતી પરંતુ તેણે સમજદારીપૂર્વક એક શક્તિશાળી પસંદગી કરી -ગૃહિણી બનવાની.. મજબૂરીથી નહીં, પરંતુ આત્મવિશ્વાસથી. તેણીએ પ્રેમ પૂર્વકનું કૌટુંબિક જીવન, બાળકોના હાસ્યથી ગુંજતું અને આનંદ-ઉલ્લાસથી ભરેલું ઘર બનાવવાનું સ્વપ્ન જોયું અને સાકાર કરવાની તૈયારીમાં લાગી ગઈ - શિવાની માટે ઘર એટલે એક એવી જગ્યા જ્યાં આર્યન કામ પરથી પાછો ફરે ત્યારે કૌટુંબિક શાંતિ મેળવી શકે. તેમને એક પુત્ર જન્મ્યો, તેનું નામ તેમણે વિવાન રાખ્યું - જે આર્યનની બાળ અવસ્થાનો અરીસો, તેજસ્વી અને આશ્ચર્યથી ભરેલો.

સમય વહેતો ગયો પરંતુ જેમ જેમ આર્યનની વ્યાવસાયિક દુનિયા આગળ વધતી ગઈ, તેમ તેમ તેના અંગત જીવનની નિકટતા પાછળ ખસતી ગઈ.મોડી રાત સુધીની મિટિંગો, બહારગામ આવવા જવાનું- આ બધાં રૂટિન જીવનનો ભાગ બનતા ગયા. આર્યન પ્રયાસ કરતો કે રાત્રી ભોજન બધા સાથે લઈએ પરંતુ ક્યારેક ભોજન દરમ્યાન પણ તેણે ફોન લેવા ઉભા થઈ જવું પડતું અને ફોન લાંબા ચાલતા ,કયારેક તે ભૂલી જતો કે તે ડિનર પરથી ઉભો થઇ ગયો છે.આર્યન વિવાન સાથે સંકળાયેલા રેહવાની કોશિશ કરતો પરંતુ વિવાન સાથેના સમયમાં પણ વ્યવસાયિક ફોનના કારણે વિવાને તેને શું પૂછ્યું હતું તે પણ ભૂલી જતો અને અચાનક બીજા વિચારોમાં ખોવાઈ જતો. આમ ઘરમાં તેની હાજરી ઔપચારિક બની ગઈ,હાજર હોય તો પણ એની હાજરી ભાવનાત્મક કરતાં શારીરિક જ વધારે હતી. કામના ભારણથી કુટુંબ સાથેનો વાતચીતનો દોર જાણે કપાઈ ચુક્યો હતો.શિવાની અને આર્યનના માતા-પિતા તરફથી આર્યનની ગેરહાજરી અને હાજર હોય ત્યારે પણ કામ તરફ જ ધ્યાન હોવાના કારણે આર્યન પર કુટુંબ તરફ ધ્યાન આપવાનું દબાણ વધવા લાગ્યું અને ઘરમાં સ્નેહનું સ્થાન ધીમેધીમે હતાશાએ લેવા માંડયું.આર્યન પણ સતત વ્યસ્ત અને

ડિસ્કનેક્ટેડ રહેતો હતો.તેનું હાસ્ય જાણે અદ્રશ્ય થઇ ગયું હતું.તે નાની નાની બાબતમાં ચિડાઈ જતો,ઝઘડતો રહેતો અને ત્યારે આર્યનને લાગ્યું કે કોઈ મારી પરવા કરતું નથી કે કોઈ મને સમજતું નથી.શિવાની જે આર્યનના પ્રેમ માં પડી હતી તે આર્યન તો ક્યાંક ખોવાઈ ગયો હતો.

એક રાત્રે શિવાની અને આર્યનની વચ્ચે તેના વ્યવસાયિક વ્યસ્તતાને કારણે નેનો ઝઘડો થાય.શિવાનીને સહેજ પણ અંદાજ નહતો કે આર્યન અણસમજમાં જોયેલા તેના માતા પિતા વચ્ચેના અમુક ઝઘડાઓનું અર્થઘટન પોતાની રીતે કરેલું હ્હે.આ ઝઘડાઓ તેના મનના ખૂણે ધરબાયેલો ભાવનાત્મક આઘાત હતો જેનો ઉલ્લેખ તેને ક્યારેય માતા-પિતા સામે પણ કર્યો નહતો.ત્યારે આર્યને ધૂંધવાટમાં શિવાનીને કહ્યું કે મને જાણે એમ લાગે છે કે હુમને ક્યારેય શાંતિપૂર્ણ જીવન જીવવાનો અવસર નહિ મળે,મારા માતા-પિતા પણ વ્યવસાયિક સંઘર્ષકાળ દરમિયાન લડતાં રહેતા હતા અને કદાચ હું પણ આ જ કર્મ ભોગવું છું-ને એમની જેમજ તારી સાથે ઝઘડું છું.કુવામાં હોય તો હવાડામાં આવે ને ? તેના શબ્દો ઓરડાની શાંતિમાં ગુંજતા હતા.બીજી સવારે, આર્યનના પિતા, જે હવે સાઠના દાયકાના અંતમાં જીવન પસાર કરતા હતા, પરંતુ હજુ પણ શાંત વ્યક્તિત્વ ધરાવતા હતા, પિતાએ આર્યનને એકાંતમાં પોતાની સાથે રાત્રે વાત કરવા જણાવ્યું.રાત્રે બંને ટેરેસ પર બેઠા, જ્યાં મંદ પવન જાણે વર્ષો જૂની વાતોને યાદરૂપે લહેરાવતો હતો. પિતાએ ધીમેથી આર્યનને કહ્યું, બેટા ગઈકાલે રાત્રે તેં જે શિવાનીને કહ્યું તે મારાથી ભૂલમાં સંભળાઈ ગયું છે અને તારી વાતોથી ,મારુ હૃદય તૂટી ગયું છે.આર્યને ચુપચાપ નજર ફેરવી લીધી,જાણે શરમથી એ નજર મેળવી શકતો નહતો.પિતાએ આગળ કહ્યું અમે લડતાં હતા હું તેનો ઈન્કાર નહિ કરું પરંતુ એ અમારા જીવનનો કસોટીનો સમય હતો.પરંતુ અમે બંને મજબૂત ઇચ્છશક્તિ વાળા હતા. જીવન કસોટી ચોક્કસ કરતું હતુંઃ નુકસાન, દેવું, અહંકાર, થાક પરંતુ દરેક લડાઈ પાછળ પ્રેમ હતો. અમે ક્યારેય કાળજી લેવાનું બંધ કર્યું નહીં - બસ અમે તેને

યોગ્ય રીતે વ્યક્ત કરી શકતા ન હતા."તે થોભ્યા અને આર્યનની આંખોમાં આંખ નાખી ને જોવા લાગ્યા. " દીકરા શું તને ખબર છે કે હું તારા ભવિષ્યની ચિંતા કરીને કેટલી રાતો જાગતો રહ્યો? તારી માતાએ તારી નિર્દોષતાને બચાવવા માટે કેટલી વાર તેના આંસુ છુપાવ્યા? અમે સંપૂર્ણ નહોતા, દીકરા પણ અમે ક્યારેય હાર માની નહીં. અને ક્યારેય એકબીજાથી કે તારાથી દૂર જવાનો વિચાર સુદ્ધાં નથી કર્યો.આ રીતે અમે બચી ગયા. આ રીતે જ બધું ગુમાવ્યા પછી ફરીથી ઉભા થવાની અમે શક્તિ મેળવી."આર્યનની આંખો આંસુથી ભરાઈ ગઈ.તે ક્ષણે તેની અંદર કંઈક ભાવનાત્મક હલચલ થઇ અને માતા-પિતા તરફની એના અપરિપક્વ મને કરેલી અણસમજ દૂર થઈ.

બીજા દિવસની સાંજે આર્યન ઘરે વહેલો આવ્યો. વિવાન તેની પાસે દોડી ગયો, તેના હાથમાં ચમકતું ક્રેયોનથી દોરેલું કાર્ડ હતું, જેની પર લખ્યું હતું, "મને ગુસ્સામાં રહેતા પપ્પાની યાદ આવે છે." કાર્ડ નું લખાણ જોઈને આર્યન સ્તબ્ધ થઇ ગયો, તેનો શ્વાસ અટકી ગયો. ચહેરા પરનું નૂર ઊડી ગયું,તે અંદરથી સાવ તૂટી ગયો. તે શિવાનીને શોધવા લાગ્યો જે રસોડામાં હતી. તેણે વિવાને લખેલા કાર્ડ સામે જોઈને શિવાનીને કહ્યું,"હું હવે આ માણસ બનીને રહેવા નથી માંગતો". શિવાની તેના તરફ ગઈ અને હળવેથી તેના ચહેરા પર હાથ મુક્યો,તેના શબ્દો નરમ હતાં -આર્યન મારી વાત સાંભળ,મેં ક્યારેય તારી સફળતા,તારી કેરિયર,તારા હોદ્દા કે તારી બેંકમાં કેટલા રૂપિયાના ઢગલા છે એ જોઈને તારી સાથે લગ્ન નથી કર્યા કે પ્રેમ નથી કર્યો.હું એ વ્યક્તિને પ્રેમ કરું છું જે આશા ગુમાવ્યા વિના મોડે સુધી જાગતો રહેતો અને પોતાના પિતાની સમસ્યાઓનું નિરાકરણ લાવતો... એ માણસ, જે સંગીતપ્રેમી હતો, જે એક સમયે રસોડામાં મારી સાથે તેના નાઈટસૂટમાં નાચતો રહેતો હતો, અને વિવાનના જન્મ સમયે ખુશીમાં રડતો હતો., જેણે મારો હાથ એવી રીતે પકડી રાખ્યો હતો કે

જાણે તારી જિંદગીમાં એકમાત્ર હું જ મહત્વ ધરાવતી હોઉં. એ આર્યન ખરેખર ખોવાઈ ગયો છે,પરંતુ મેં એ આર્યનને પાછા મેળવવાની આશા આજે પણ છોડી નથી, ભલે એ આર્યન વ્યવસાયિક થાક પાછળ ક્યાંક અત્યારે તૂટી ગયો છે પણ તારા તૂટેલાપણામાં પણ હું તારામાં વિશ્વાસ કરું છું. વિશ્વાસ એટલે કરું છું કે ભલે તું સંપૂર્ણ નથી, પરંતુ એટલા માટે કે તારી પાસે હજી પણ તારી અપૂર્ણતાનો સામનો કરવાની હિંમત છે. મેં સરળ જીવન માટે સાઇન અપ કર્યું નથી, આર્યન... મેં વાસ્તવિક જીવન માટે સાઇન અપ કર્યું છે. તારી સાથે. હંમેશા તારી સાથે. આ સાંભળતા જ આર્યન શિવાનીના ખભા પર માથું મૂકી રડી પડ્યો, પરંતુ તે જ ક્ષણે આર્યનની અંદર કંઈક બદલી ગયું. એ જ પળ માટે નહીં પરંતુ કાયમ માટે.

બીજા દિવસે એક ફાઈનાન્સ સમિટમાં આર્યન ની મુલાકાત તેની કોલેજકાળની મિત્ર નૈના સાથે થઈ. એક સમયે તેમની કોલેજની સ્ટાર રહી ચૂકી નૈના હજુ પણ એવી જ હતી - સંતુલિત, બુદ્ધિશાળી અને ભાવનાત્મક રીતે સહજ. તેણે આર્યનને પૂછ્યું- તું ઠીક છે? તેનો સ્વર સરળ પણ નિષ્ઠાવાન હતો. તેણીએ કહ્યું તું થાકેલો દેખાય છે, માત્ર શારીરિક રીતે જ નહીં પણ માનસિક રીતે પણ. આર્યનને નૈના માં એક સાચી મિત્ર દેખાઈ તેણે નૈનાને બધી વાત કરી.આર્યને નૈના અને શિવાનીની ઓળખાણ કરાવી.- બે સ્ત્રીઓ ઘણાં સમય સુધી વાત કરતી રહી, એક પત્ની અને એક મિત્ર બંને એ ભેગા થઈને આર્યનને દબાણ નહિ પરંતુ સમજાવાનો પ્રયત્ન કર્યો અને બંનેએ સાથે મળીને આર્યનને માનસિક રીતે ઉભા થવામાં મદદ કરી.જાગ્યા ત્યારથી સવાર એમ માનીને શિવાનીએ કૌટુંબિક જીવનની ભૂલી ગયેલી રસ્મોને ફરી વખત જીવંત કરી - સાંજની ચા, મીણબત્તી ના સૌમ્ય પ્રકાશ અને હળવા સંગીત સાથે હસતા ને વાતો કરતા લેવાતું રાત્રિભોજન, સામાન્ય તહેવારોની પણ સાથે મળીને થતી મોટી ઉજવણીઓ - બધુંજ ફરીથી શરૂ થયું, જાણે નવું જીવન શરૂ થયું હોય એ રીતે. નૈનાએ

આર્યનને ધીમેથી માઈન્ડફુલનેસ - જર્નલિંગ, ધ્યાન, ચક્ર હીલિંગ અને પોઝિટિવ એનર્જી વિશે માર્ગદર્શન આપ્યું.જેનાથી આર્યનની હતાશાભરી માનસિક સ્થિતિમાં પણ ફેર પડવા માંડ્યો. નૈનાએ આપેલા માર્ગદર્શન અને શિવાનીના સાથથી આર્યને જાણે જીવનને રીડીઝાઈન કર્યું. સાંજે 7 વાગ્યા પછી કામના ફોન લેવાનું બંધ કરી દીધું.તેણે દૈનિક કામગીરીનું સંચાલન કરવા માટે એક સક્ષમ સેકન્ડ-ઈન-કમાન્ડ નિયુક્ત કર્યો. તેણે અને છેવટે, વર્ષો પછી, તેણે – શિવાનીના સ્વપ્નસ્થળ સ્વિટ્ઝર્લૅન્ડની કૌટુંબિક વેકેશનની યોજના બનાવી. કોઈ વ્યવસાયિક ફોનકોલ્સ નહીં. કોઈ મીટિંગ નહીં. ફક્ત બરફની ચાદરો, લીલુંછમ્મ લેન્ડસ્કેપિંગ, પર્વતો, ગરમ કોકો અને હાસ્ય.પહેલીવાર, આર્યને વિવાનને સ્નોમેન બનાવતા જોયો, તે તારાઓ નીચે શિવાની સાથે હસતો અને તેના માતાપિતાની બાજુમાં શાંતિથી બેઠો, - કોઈ ઉપકરણો, વિક્ષેપો, અને સમયમર્યાદા સિવાય. વેકેશન પરથી આવ્યા બાદ તેણે નિયમ બનાવ્યો કે તે કામ સિવાયની પળોમાં ફક્ત પરિવારને સમય આપશે. એક સાંજે, જ્યારે તેઓ ટહેલવા નીકળ્યા ત્યારે અચાનક, ત્યારે શિવાની અટકી ગઈ, તેણે પ્રેમપૂર્વક આર્યન સામે જોયું, તેની આંખો આનંદથી ચમકી રહી હતી, અને સ્મિત સાથે આર્યનને કહ્યું, "આભાર, આર્યન... મને મારા સ્વપ્નનો પતિ પાછો આપવા બદલ."આર્યનના ચહેરા પર પણ સ્મિત આવી ગયું જે તેની આંખોમાંથી ઉતરી એના હૃદય સુધી પહોંચ્યું, જે સ્મિતે એક સમયે શિવાનીને પ્રેમમાં ઘાયલ કરી દીધી હતી.આર્યનનું ઘર હવે એક મંદિર બની ગયું હતું જેમાં તે એક પ્રેમાળ દીકરો ,પતિ અને પિતા હતો.દીકરો જે હવે માતા-પિતાને સમજે છે,પતિ જે પત્નીનું સ્વપ્ન સમજે છે અને પિતા જે સંતાનની ભાવનાઓને સાંજે છે અને સંતાનને ખુશખુશાલ રાખે છે.

સપનાની જગ્યાએ સમજણ

પાર્થ અને કેતુલ, બે યુવાન, જેઓ જુદા જુદા શહેરોમાં, જુદા જુદા પરિવારોથી હતા, પણ બંનેના મનમાં એક જ પ્રશ્ન સતત ગૂંજતો હતો – "સ્થાયી થવું ક્યાં? ભારતમાં કે વિદેશમાં?" એ સમય હતો જ્યારે યુવાનોના સપનામાં વિદેશ જવાનું એક મોટું સ્થાન હતું. પાર્થ એક ખૂબજ હોશિયાર વિદ્યાર્થી હતો, પાર્થ યુનિવર્સિટી માં રેન્કર હતો અને એણે ગોલ્ડ મેડલ સાથે ડિગ્રી મેળવી હતી. પાર્થે અમેરિકાની યુનિવર્સિટી માં એડમિશન મેળવવા પ્રયત્ન ચાલુ કર્યા અને તેણે એમેરિકાની એક પ્રતિષ્ઠિત યુનિવર્સિટીમાં એડમિશન મેળવી પણ લીધું. પાર્થના પેરેન્ટ્સ ડૉક્ટર હતા, જેમની આશા અને સપના પણ પાર્થ માટે વિશાળ હતા. તેની મહેનત અને બુદ્ધિ જોઈને પરિવારે તેને વિદેશ મોકલવાનું નક્કી કર્યું.

કેતુલ મિકેનિકલ એન્જિનિયરિંગનો વિદ્યાર્થી હતો, જેણે સામાન્ય ગ્રેડ સાથે ડિગ્રી મેળવી હતી, અને તે પણ પોતાના સપનાને સાકાર કરવા માટે વિદેશ જવાનું વિચારતો. તેના મમ્મી-પપ્પા એક ખાનગી કંપનીમાં નોકરી કરતા હતા,ઘરના નાણાકીય સંસાધનો મર્યાદિત હતા. જોકે કેતુલમાં મહેનત કરવાની તાકાત અને ઉત્સાહ હતાં. બીજા લોકોના વાદે બસ એક જ મનમાં જીદ હતી કે મારે ઈન્ડિયાની બહાર જવું છે. કેતુલ એક એવી ખોટી માન્યતા નો શિકાર હતો કે પ્રગતિ અને પૈસો બંને કમાવા હોય તો ઈન્ડિયાની બહાર જઈને જ એ પ્રાપ્ત થઇ શકે. રાતોરાત પૈસા ભેગા કરી શકાય અને વૈભવી લાઈફ ભોગવી શકાય. તેણે પણ વિદેશ જવાની

તૈયારી કરવા માટે આખું વર્ષ એજન્ટો પાસે જઈને માહિતી મેળવી, પણ હજી સુધી કોઈ સ્પષ્ટ માર્ગ મળ્યો નહતો.

આ યુગમાં, જ્યારે સોશિયલ મીડિયા પર વિદેશ માં સ્થાયી થયેલા (હકીકત કદાચ કંઈક જુદી જ ભલે હોય) વિદ્યાર્થીઓની ચમકદાર તસવીરો અને શાનદાર જીવનશૈલી દેખાતી હોય, ત્યારે આજના યુવાનોમાં પણ વિદેશ જવાનો મોહ હોય એ સ્વાભાવિક હતું. ઘરની નાણાકીય સ્થિતિ સારી હોય કે ન હોય,પોતાની કાબલિયત હોય કે ન હોય, મોટાભાગે બધા યુવાનોમાં આ સ્પર્ધામાં જોડાવાની લાલસા જોવા મળી રહી હતી. અગાથ પ્રયત્નો છતાં કોઈ મેળ પડતો ના હોવાથી કેતુલ ભારે નિરાશ થઈ ગયો હતો. જ્યારે પાર્થ એ જ સમયે વિદેશ પહોંચીને પોતાની નવી દિશા શોધી રહ્યો હતો.

એક દિવસ કેતુલ એક ફંક્શનમા ગયો હતો જ્યાં તેણે શોફર ડ્રિવન મર્સિડીઝ કારમાંથી નૈષધને ઉતરતા જોયો. નૈષધ સૂટ-બુટમાં સજ્જ હતો અને ચહેરા પરથી જ દેખાતું હતું કે તે કોઈ મોટા પદ પર છે. કેતુલે પોતાની હિંમત એકઠી કરી નૈષધ સાથે વાત કરી. નૈષધે પોતાની ઓળખ આપી કે તે અમદાવાદની પ્રતિષ્ઠિત કંપનીનો સી ઈ ઓ છે અને એણે પણ એ જ યુનિવર્સિટીમાંથી ડિગ્રી મેળવી છે જ્યાં કેતુલ ભણતો હતો. કેતુલએ નૈષધને પૂછ્યું કે કેવી રીતે તે આવી મોટી જગ્યા પર પહોંચી ગયો જ્યારે તેની ડિગ્રી પણ સામાન્ય ગ્રેડની હતી? શું તે કોઈ જાતની લાગવગથી આ પદ પર પહોંચ્યો હતો? નૈષધ કેતુલના આ સવાલો પર હસ્યો અને કહ્યું, “મારા માં-બાપ પાસે કોઈ સંપત્તિ નહોતી, હું સામાન્ય પરિવારથી આવ્યો છું. મેં પણ તારા જેવા સપનાઓ સાથે શરુઆત કરી હતી.” આગળ નૈષધે કહ્યું કે કેવી રીતે તેણે ઘણું કામ કર્યું, સામાન્ય નોકરીઓથી શરૂઆત કરી અને ધીમે ધીમે મહેનત કરીને ઊંચા પદ પર પહોંચ્યો.

નૈષધે જણાવ્યું કે તેણે પણ વિદેશ જઈને ભણવાની ઈચ્છા રાખી હતી પણ એ વિચાર પડતો મુક્યો હતો કારણકે ઘરની નાણાકીય પરિસ્થિતિનો તેને અંદાજ આવી ચુક્યો હતો. લખો રૂપિયાના કર્જ કરીને માં-બાપ તેને વિદેશ મોકલે તે વાત એને મંજુર નહતી. નૈષધે કહ્યું કે “યુવાન હોવા છતાં મને ખબર હતી કે મારું પગલું કયાં મૂકવું,” એણે કહ્યું. “મેં મારા કુટુંબ સાથે અહીં રહીને મહેનત કરવાનું પસંદ કર્યું.” એ વાતોથી કેતુલના મનમાં આશા ઉઠી. આ વાતોથી પ્રેરાઈને કેતુલે પણ નક્કી કર્યું કે તે વિદેશ જવાનો મોહ છોડીને ભારતમા રહીને પોતાની મહેનતથી આગળ વધશે.

કેતુલે નોકરી શોધવી શરુ કરી. શરૂઆતમાં ઘણી મુશ્કેલીઓ આવી. અમુક જગ્યાએથી નકારત્મક જવાબ પણ મળ્યા. ઘણી વખત નિરાશ પણ થઈ ગયો પરંતુ તેણે હિંમત નહોતી હારી. રોજ મહેનત કરતો રહ્યો. કેતુલને એક સામાન્ય પણ પ્રગતિશીલ નવી કંમ્પની માં જોબ મળી. સમય સાથે તેના પરિશ્રમનું ફળ મળવાનું શરૂ થયું. થોડા વર્ષોમાં તે એક પ્રતિષ્ઠિત કંપનીમાં સેલ્સ ડાયરેક્ટર બન્યો. આજે તેની પાસે બે મોંઘી કાર છે અને લક્ઝુરિયસ ચાર બેડરૂમનો ફ્લેટ પણ છે જ્યાં તે પોતાના માતાપિતાની સાથે આનંદ પૂર્વક રહે છે. ઘણા વર્ષો સુધી માતા -પિતા રોજ સવારે વહેલા ઉઠીને કામ પર જતા હતા, સતત કરેલા વૈતરાંને કારણે માતા-પિતાના ચહેરા પર ઉંમર કરતા વહેલી કરચલીઓ આવી ગઈ હતી. કેતુલે પોતાના માતા-પિતાને કહ્યું, "તમારે હવે તનતોડ મેહનત કરવા જવાની જરૂર નથી.તમને જે કામ આનંદ અને ગૌરવ આપે એ કરો અથવા શાંતિથી રિટાયરમેન્ટ ની સુખદ ક્ષણો ભોગવો, તમારા બંનેનો વૈતરાં કરવાનો સમય પૂરો થયો. હવે તમે અને મમ્મી સાથે રહીને આનંદ કરો." માતા-પિતાની આંખોમાં આ વાત સાંભળી આત્મસંતોષ અને આનંદના આંસુ આવી ગયા.

પાર્થ પણ અમેરિકામાં પોતાની મહેનતથી આગળ વધી રહ્યો હતો. ત્યાં તેણે નવી નવી ટેકનોલોજી શીખી અને ઘણા પ્રોજેક્ટ્સ પર કામ કર્યું. વિદેશમાં જીવન સરળ નહોતું, એકલાપણું અને ઘર-પરિવારની યાદ સતત સતાવતી રહેતી,પરંતુ પાર્થે પણ ધીરજ રાખી સફળતા પ્રાપ્ત કરી.

સાત વર્ષ પછી રજાઓ ગાળવા જ્યારે પાર્થ ભારત આવ્યો ત્યારે તેને તેની કંપનીના કોઈ કામસર કેતુલની કંપનીમાં વિઝિટ કરવાની હતી,પાર્થ અને કેતુલ ક્યારેય એક બીજાને મળ્યા નહતા,પરંતુ કોન્ફરન્સ હોલમાં અચાનકજ બને જણ એકબીજાને મળ્યા,બંને વચ્ચે હાય હેલોની આપ-લે થઇ.એકબીજા સાથે પોતપોતાના વિષે વાતો કરી. કેતુલે પોતની કારકિર્દી વિશેની વાત પાર્થને જણાવતા કહ્યું કે, કઈ રીતે તે આગળ વધ્યો.કેતુલની સફળતા માત્ર તેની પોતાની જ નહીં, પરંતુ તેના માતા-પિતાને પણ ખૂબ ખુશ અને ગર્વિત બનાવતી હતી. કેતુલે કહ્યું કે શરૂઆતમાં એના માતાપિતા સામાન્ય પરિવારમાં હતા, જ્યાં રોજગારીની તકલીફો અને જીવનના સંઘર્ષો સામાન્ય વાત હતી. તેમના જીવનમાં કેતુલ માટે એક માત્ર ઈચ્છા હતી કે તે સારું ભવિષ્ય બનાવે અને ગર્વિત કરે.જ્યારે કેતુલ ધીરજ અને મહેનતથી આગળ વધતો રહ્યો, ત્યારે તેણે પોતાની નોકરીમાં સારા પ્રદર્શન દ્વારા પોતાનું સ્થાન મજબૂત કર્યું. થોડા વર્ષો પછી, જ્યારે તે મુંબઈની પ્રતિષ્ઠિત કંપનીમાં સેલ્સ ડાયરેક્ટર બન્યો, ત્યારે તેની આવક પણ સારી થઈ..તેના માટે મોટો સંતોષ એ હતો કે કે હવે તેના માતા -પિતાને નોકરી છોડાવી શક્યો. બંનેએ જીવનની મુસાફરી વિશે વાત કરી ત્યારે સમજાયું કે સફળતા મેળવવા માટે કોઈ ચોક્કસ રસ્તો નથી હોતો. દરેક વ્યક્તિએ પોતાની શક્તિઓને સમજીને યોગ્ય માર્ગ પસંદ કરવો જોઈએ. વિદેશ જવું હોય તો પૂર્ણ તૈયારી સાથે જવું જોઈએ નહીં તો પોતાની મર્યાદાઓને ઓળખીને અહીં મહેનત કરવી વધુ સારી છે.

ધીમે ધીમે પાર્થ અને કેતુલ વચ્ચે મિત્રતા બંધાઈ. બંને મિત્રો હવે પોતાના જીવનમાં સુખી અને સ્થિર છે. પાર્થ રાજાઓ માણીને અમેરિકા પરત ફર્યો પરંતુ તેણે કેતુલને ખુબજ બિરદાવ્યો અને કહ્યુકે ઈન્ડિયામાં રહીને તેં જે રીતે તારી કારકિર્દી બનાવી છે એ આજના યુવાનો માટે પ્રેરણાદાયી છે.

કેતુલ દર વર્ષે માતા-પિતાને બિઝનેસ ક્લાસની ટિકિટ લઈને પવિત્ર ધાર્મિક સ્થળોએ યાત્રા પર લઈ જાય છે. આ યાત્રાઓમાં તે તેમને સંપૂર્ણ આરામ અને સુખ આપે છે. માતા-પિતાએ પોતાની જિંદગીમાં એવું ક્યારેય વિચાર્યું નહોતું કે તેઓ આટલો માન અને પ્રેમ મેળવશે. ઘરનું વાતાવરણ હવે બદલાઈ ગયું હતું. જ્યાં પહેલાં પૈસાની તંગી અને ચિંતાઓ હતી ત્યા હવે શાંતિ અને ખુશહાલી હતા. માતા-પિતા હવે ગર્વથી પોતાના પુત્રની વાતો સગાવહાલા અને મિત્રો વચ્ચે કરે છે. તેઓ આનંદિત છે કે કેતુલે પોતાની મહેનત અને ઈમાનદારીથી માત્ર પોતાના સપનાઓને જ પૂરા નથી કર્યા, પરંતુ પરિવારનું નામ પણ રોશન કર્યું છે.કેતુલ પણ પોતાના માતા-પિતાને સંપૂર્ણ રીતે સમજે છે. તે જાણે છે કે તેમની મહેનત અને સંઘર્ષ વગર તે અહીં ન હોઈ શકે. તે રોજ સવારે વહેલી સવારે ઉઠીને માતા-પિતા માટે ચા બનાવે છે, સાથે બેસીને આનંદભરી વાતો કરે છે, અને તેમના સ્વાસ્થ્યનું ધ્યાન રાખે છે. આ બધું જોઈને તેના માતા-પિતાના મનમાં સંતોષ અને શાંતીનો ભાવ ઊભો થાય છે.

કેતુલ માટે આ દુનિયામાં સૌથી મોટી સફળતા એ હતી કે તે પોતાના માતાપિતાને સુખી અને ગર્વિત બનાવી શક્યો. એનું જીવન એક સાક્ષાત્કાર બની ગયું કે મહેનત કરવાથી કોઈ પણ મુશ્કેલી પાર કરી શકાય છે અને પરિવારમાં પ્રેમ તથા સંબંધોની મજબૂતી જ સાચી સંપત્તિ છે. આ રીતે, કેતુલએ માત્ર પોતાની જ નહીં, પરંતુ પોતાના પરિવારનું જીવન પણ ખુશહાલ અને સમૃદ્ધ બનાવ્યું.

આ વાર્તાથી આપણને એ શીખ મળે છે કે જીવનમાં સફળતા માટે મહત્વનું છે પોતાની ક્ષમતાઓને સમજવી અને પરિસ્થિતિ પ્રમાણે યોગ્ય નિર્ણય લેવો. માત્ર વિદેશ જવું એ સપનાનું સાકાર થવું નથી; મહેનત, ઈમાનદારી અને ધીરજ થી કોઈપણ સ્થળે સફળતા મેળવી શકાય છે. સપનાઓ મોટા હોવા જોઈએ, પરંતુ હકીકતમાં જીવવા માટે યોગ્ય દિશા અને સમજદારી જરૂરી છે. એક યુવાન માટે સૌથી મોટું ધન છે તેના પરિવારનો પ્રેમ અને સહારો, જે જીવનના દરેક પડકારમાં સાથ આપે.

કેતુલે આ માન્યતા સાથે જીવન જીવવાનું શીખ્યું કે સુખ માત્ર પૈસા કે સ્થાનથી નથી આવે, પરંતુ પ્રેમ, લાગણીઓ અને પોતાનું વ્યાવસાયિક સિદ્ધાંત ધરાવવાથી આવે છે.

લઘુ વાર્તાઓનો સારાંશ - કોઈ તો સમજો મને

૧. કોણે કોને સમજવા?

આ હૃદયસ્પર્શી વાર્તામાંથી ખરો ઉપદેશ એ છે કે દરેક સંબંધમાં - ખાસ કરીને માતાપિતા અને બાળકો વચ્ચે નિયંત્રણ અથવા સતત પહેરો રાખવાની જરૂર નથી., પરંતુ સમજણશક્તિ હોવી જરૂરી છે. જ્યારે માતાપિતા તેમની પકડ ઢીલી કરે છે અને તેમના બાળકોને આગળ વધવા દે છે, ત્યારે તેઓ અંતર વધારતા નથી, પરંતુ વિશ્વાસને પ્રોત્સાહન આપે છે. અને જ્યારે બાળકો એ સમજે છે કે તેમના માતાપિતાની અપેક્ષાઓ પાછળ કાળજીથી ભરેલું હૃદય રહેલું છે, ત્યારે ભાવનાત્મક બંધન વધુ ગાઢ બને છે. પ્રેમની નદી ત્યારે શ્રેષ્ઠ રીતે વહે છે જ્યારે તેનું વહેંણ રોકવામાં ન આવે, પરંતુ તેના કુદરતી પ્રવાહને મંજૂરી આપવામાં આવે . અંતે, કોઈપણ વ્યક્તિ ખરેખર એવું અનુભવવા માંગે છે કે આ વિશાળ, દુનિયામાં કોઈ મને સમજે છે - નિર્ણય, દબાણ અથવા અપેક્ષાઓ વિના.

૨. કંઈ પણ ચાલશે

આ વાર્તામાંથી સૌથી શક્તિશાળી ઉપદેશ એ છે કે જોવામાં, સાંભળવામાં અને સમજવામાં અનુભવવાની ભાવના હોવી એ માનવ જરૂરિયાતનું સૌથી ઊંડું મૂળ છે. ટૂંકમાં , કેતકી શું રાંધવું તે પૂછતી ન હતી - તે ખરેખર કહી રહી હતી, "કોઈ મને સમજે. કોઈ એ ધ્યાન આપે કે હું પ્રયાસ કરી રહી છું." અને તરુણ તેના મૌનમાં કહી

રહ્યો હતો, "કોઈ સમજે છે કે હું કેટલો થાકી ગયો છું. કોઈએ જોયું કે હું પણ સંઘર્ષ કરી રહ્યો છું." દરેક સંબંધમાં, રોજિંદા દિનચર્યાઓ અને નાના પ્રશ્નોની વચ્ચે,એક શાંત વિનંતી છુપાયેલી છે: "કોઈ મને સમજે." આ વાર્તા આપણને યાદ અપાવે છે કે પ્રેમ દરેક બાબતમાં સંમત થવા અથવા સંપૂર્ણ ભાગીદાર બનવા વિશે નથી - તે એકબીજાની શાંત લાગણીઓને બતાવવા, ધ્યાન આપવા અને ઓળખવા વિશે છે. કારણ કે સૌથી નાનો હાવભાવ, જ્યારે તે સમજણ ધરાવે છે, ત્યારે જોજન દૂરના અંતરને પણ ઘટાડી શકે છે.

૩. પ્રેક્ષા –આખરે કોઈ સમજ્યું મને

પ્રેક્ષા - આખરે કોઈ સમજ્યું મને માંથી મુખ્ય ઉપદેશ એ છે કે સાચી ખુશી બાહ્ય માન્યતાથી આવતી નથી, પરંતુ પોતાની જાત સાથે ફરીથી જોડાવાથી અને તમે ખરેખર કોણ છો એ સમજવાથી આવે છે. પ્રેક્ષાની યાત્રા ઘણી સ્ત્રીઓના શાંત રુદનને પ્રતિબિંબિત કરે છે, જેઓ તેમના પરિવારોને બધું આપે છે પરંતુ ભાવનાત્મક રીતે એકલતા અનુભવે છે.તેના જીવનમાં ખુશીનો કામચલાઉ વળાંક ત્યારે આવ્યો જ્યારે તેને સોશિયલ મીડિયા પર ખ્યાતિ મળી,જ્યારે લોકો તેની સુંદરતાના વખાણ કરતા - હકીકતમાં પ્રેક્ષાને આંતરિક કાયમી ખુશી ત્યારે મળી જ્યારે તેને અનુભવ થયો, "કોઈ મને સમજે છે," અને તે 'કોઈ' બીજું કોઈ નહિ પણ તે પોતે જ હતી.વાસ્તવિક પરિવર્તન તે ક્ષણથી શરૂ થયું જ્યારે તેણીએ ખોટી જગ્યાએ પ્રેમ શોધવાનું બંધ કર્યું અને તેના બદલે અંદરના પ્રેમને પોષ્યો. ત્યારે જ તેનો પતિ પિયુષ ખરેખર તેના આત્માને જોઈ શક્યો અને તેને એવી રીતે સમજી શક્યો જે એની જિંદગી માટે બહુજ મહત્વપૂર્ણ હતું. આ વાર્તા આપણને યાદ અપાવે છે કે દરેક વ્યક્તિ ફક્ત પ્રેમ કરવા માટે જ નહીં, પરંતુ સમજવા માટે ઝંખે છે, જ્યારે કોઈ ખરેખર આપણને સમજે છે - ત્યારે આપણે ખીલવાનું શરૂ કરીએ છીએ.

4. નવદંપતી – સંઘર્ષો પર કાબુ

પ્રેમ ગેરસમજના તોફાનમાંથી કેવી રીતે બચી ગયો. આ વાર્તાનું હૃદય શાંત છતાં શક્તિશાળી અનુભૂતિમાં રહેલું છે કે પ્રેમ ફક્ત ભવ્ય હાવભાવ વિશે નથી - તે હાજરી, ધીરજ અને એકબીજાને ખરેખર સમજવાની ઈચ્છા વિશે છે. જ્યારે પ્રણવ અને પંકતી અલગ થઈ ગયા, એ બંને અલગ એટલા માટે નહતા થયા કે એકબીજાને પ્રેમ ન્હાતા કરતા,પરંતુ બંને વચ્ચે સમજણશક્તિનો અભાવ હતો. પરંતુ સહાનુભૂતિ, પ્રયત્નો અને પ્રામાણિક વાતચીત દ્વારા, તેઓએ પાછા ફરવાનો માર્ગ શોધી કાઢ્યો. તેમની સફરમાં, સૌથી મહત્વનું ફક્ત સાંભળવામાં આવતું નહોતું, પરંતુ અનુભવવામાં આવતું હતું - જ્યારે પંકતીએ પ્રણવ તરફ જોયું અને અંતે અનુભવ્યું, "કોઈ મને સમજે છે." અને જ્યારે રોજિંદા જીવનની અંધાધૂંધીમાં ખોવાયેલા પ્રણવે તેના મૌન ટેકાની હૂંફ અનુભવી, ત્યારે તેને પણ સમજાયું, "કોઈ મને સમજે છે." તે સરળ, ગહન લાગણી - જોવામાં આવવાની, સાંભળવામાં આવવાની અને સ્વીકારવામાં આવવાની - એ જ તેમના સંબંધોને સાજા કર્યા અને તેમના પ્રેમને પહેલા કરતાં વધુ મજબૂત બનાવ્યો.

5. ગર્ભ સંસ્કારઃ પહેલો સ્પર્શ

આ વાર્તામાં હૃદયસ્પર્શી ટેકાની વાત એ છે કે દરેક આત્મા જન્મ પહેલાં પણ સમજવાની ઈચ્છા રાખે છે -. ગર્ભ સંસ્કાર દ્વારા, મીરા અને આરવે ફક્ત શારીરિક રીતે તેમના બાળક માટે તૈયારી કરી ન હતી; તેઓએ એક પવિત્ર માહોલ ઉભો કર્યો હતો જ્યાં તેમના બાળકનો આત્મા ગૌરવ થી મહેસૂસ કરી શકે કે, "કોઈ મને સમજે છે." આ સમજણ સૂચનાથી નહીં, પરંતુ હેતુથી - સંગીત, શાંત વાતચીત, સભાન ક્ષણો અને સતત ગહન ભાવનાત્મક હાજરી દ્વારા જન્મી હતી. વાર્તા આપણને શીખવે

છે કે જ્યારે આપણે ધીમા પડીએ છીએ, સાંભળીએ છીએ અને જાગૃતિ સાથે પ્રેમ કરીએ છીએ, ત્યારે આપણે ફક્ત બાળકોને ઉછેરતા નથી - આપણે એવા આત્માઓનું પાલન કરીએ છીએ જે સુરક્ષિત, આનંદિત અને અંતરમનથી ઊંડાણપૂર્વક જોડાયેલા અનુભવે છે. તે દરેક માતાપિતા અને દરેક માનવી માટે એક યાદ અપાવે છે: સમજણ શબ્દોથી પહેલાં શરૂ થાય છે, અને કેટલીકવાર આપણે જે સૌથી શક્તિશાળી વસ્તુ આપી શકીએ છીએ તે છે આપણી શાંતિ, આપણું ધ્યાન અને આપણું બિનશરતી કોઈને સમજવું.

૬. સમજણથી નેતૃત્વ

સુજયની વાર્તાનો સાર વ્યવસાયિક પણ ગહન સમજશક્તિનું ઉત્કૃષ્ટ ઉદાહરણ છે.: જ્યારે લીડર્સ સાંભળવાનું, સમજવાનું અને ખરેખર કાળજી લેવાનું પસંદ કરે છે, ત્યારે લોકો અને કામગીરી બંનેમાં પરિવર્તન આવે છે. આ વાર્તા એક યાદ અપાવે છે કે કર્મચારીઓ ફક્ત સ્પ્રેડશીટ પરના આંકડા નથી; તેઓ લાગણીઓ, સંઘર્ષો અને સપનાઓ ધરાવતા માણસો છે. કઠોર કામગીરીના માપદંડો કરતાં ભાવનાત્મક સુખાકારીને પ્રાથમિકતા આપવાના સુજયના નિર્ણયથી સંસ્કૃતિમાં પરિવર્તન આવ્યું - જ્યાં લોકો સુરક્ષિત, મૂલ્યવાન અને કોઈ તેમને સાંભળે છે અને સમજે છે એવું અનુભવતા થયા.જે ક્ષણે તેની ટીમને લાગવા લાગ્યું કે, "કોઈક આખરે અમને કોઈ સમજે છે," બધું બદલાઈ ગયું. ઉત્પાદકતા દબાણને કારણે નહીં, પરંતુ હેતુને કારણે વધી. વફાદારી જવાબદારીથી નહીં, પરંતુ જોડાણથી વધુ ગાઢ થઈ. એવી દુનિયામાં જે ઘણીવાર વ્યવસાયના માનવીય પાસાને ભૂલી જાય છે, આ વાર્તા એક શાશ્વત સત્યને મજબૂત બનાવે છે: સમજણ એ બધા મહાન નેતૃત્વનો પાયો છે.

7. સાચી ઈમાનદારી – મીરાની મહાનતા

મીરાની વાર્તાથી એક સાચો પાઠ મળ્યો છે કે દરેક માણસની અંદર એક દુનિયા હોય છે, ભલે તે શાંત કે અદૃશ્ય હોય. તે દુનિયામાં સંઘર્ષ, સપનાઓ અને તાકાત છુપાયેલી હોય છે. મીરાની જિંદગી આપણને શીખવે છે કે ગૌરવ પૈસાથી નથી અને સચ્ચાઈ સ્થિતિથી જોડાયેલી નથી. તે વર્ષો સુધી પોતાના ફરજોમાં વ્યસ્ત રહી, અને લોકો તેને સારી રીતે ઓળખતા નહોતા. પણ એક મુશ્કેલ સમયે તેની સાચી ઓળખ સામે આવી. જ્યારે હોસ્પિટલમાં શ્રીમતી રોય એ કહ્યું, "તમે કામ છોડીને જઈ શક્યા હોત, પણ તમે ગયા નહી," ત્યારે મીરાએ શાંતિથી જવાબ આપ્યો, "હું ભૂલી નથી કે હું કોણ છું." આ સમય હતો જ્યારે મીરાને લાગ્યું કે કોઈ તેને સાચા દિલથી સમજે છે. લોકો તેને તેના કામ માટે નહીં, પણ તેના મૂલ્ય અને આત્મા માટે પૂજે છે.

8. હમસફર – નામ વગરનો સંબંધ:

આ વાર્તા આપણને એક ખૂબ જ સરળ અને મહત્વપૂર્ણ વાત શીખવે છે: સાચો પ્રેમ અને સમજદારી એ મોટા શબ્દો કે નાટકીય હાવભાવોથી નથી, પરંતુ શાંત અને નમ્ર સંબંધોથી બને છે. સમીરા અને વિક્રમની વચ્ચે જે ભાવનાત્મક જોડાણ છે, તે એ દર્શાવે છે કે સાચા સંબંધોમાં એકબીજાને બદલવાનું દબાણ નહીં, પરંતુ એકબીજાની લાગણીઓને સમજીને એકબીજાને મનાવવામાં છે. જ્યારે એક વ્યક્તિ મુશ્કેલીમાં હોય ત્યારે તેની લાગણીઓને સમજીને, તેના માટે એક શાંતિસભર માહોલ બનાવવો એજ સાચો પ્રેમ છે.

આ વાર્તાનો સંદેશ એવો છે કે જીવનમાં બહુવાર લોકો પોતાના દુઃખને છુપાવે છે, પરંતુ જ્યારે કોઈ આપણાં ભાવોને સમજવા માટે સમય કાઢે અને શાંતિથી સાથે રહે, ત્યારે એ સંબંધ વધુ મજબૂત બને છે. સમીરા અને વિક્રમની વચ્ચેની નમ્રતા અને સંવેદના એ બતાવે છે કે પ્રેમ એ શબ્દોથી નહીં, પણ નિઃશબ્દ કંઈક કરી છૂટવાની ભાવનાથી વ્યક્ત થાય છે.

સાદા શબ્દોમાં કહીએ તો, આ વાર્તા આપણને શીખવે છે કે સાચી સમજદારી એ એકબીજાને સાંભળવાની, સમજવાની અને ઓળખવાની ક્ષમતા છે, જે કોઈ પણ સંબંધને સૌથી વધુ ગાઢ બનાવે છે.

૯. એક પૌત્રી, બે હૃદય

આ વાર્તાનું મુખ્ય વિચાર એવું છે કે દરેક માનવીની અંદર એક ઈચ્છા હોય છે — કે કોઈ તેને સાચા દિલ થી સમજે. માત્ર દેખાવમાં નહીં, પણ તેની વાતો સાંભળે, તેની ભાવનાઓને સમજવા માટે પ્રયત્ન કરે.

અહીં દાદા અને અનાયા એ બે પાત્રો છે. તેઓ એકબીજાથી જુદા-જુદા યુગના છે અને તેમની વિચારધારા, જીવનશૈલી અલગ-અલગ હોઈ શકે. પણ તેમ છતાં, જ્યારે તેઓ એકબીજાની વાતને ધ્યાનથી સાંભળે અને સમજવાનો પ્રયત્ન કરે, ત્યારે તેઓનું બંધન મજબૂત થાય છે. આ વાર્તા બતાવે છે કે સમજણ માટે હંમેશા સંમતિ હોવી જરૂરી નથી. એટલે કે, જો તમે કોઈની સાથે એકદમ સહમત ન હોવ તો પણ તમે તેને સમજવા માટે તૈયાર રહી શકો છો. તે માટે જરૂરી છે ખુલ્લા દિલથી સાંભળવું અને એકબીજાનું માન રાખવું.જ્યારે આપણે માત્ર વિશેષતા દર્શક ભેદ પર ધ્યાન આપીએ છીએ, તો તે આપણને વિભાજીત કરે છે. પરંતુ જ્યારે આપણે એકબીજાની દુનિયા સાથે જોડાવા માટે પ્રયત્ન કરીએ, ત્યારે પ્રેમ અને સન્માન બંને માટે જગ્યા બની રહે છે. આ વાર્તા આપણને સમજાવે છે કે આજે દુનિયા ઘણી વખત વિભાજિત લાગે છે, પણ સાચી સમજણ અને પ્રેમથી આપણે એકબીજાને જોડી શકીએ છીએ. જ્યારે કોઈ કહે છે, "હવે હું તમને સમજુ છું," એટલે તે વ્યક્તિએ તમારી અંદર છુપાયેલું સાચું વ્યક્તિત્વ જોઈ લીધું છે અને તમારી લાગણીઓ અને નિઃશબ્દ ભાવનાઓને સમજી લીધા છે. આ સૌથી મોટી શાંતિ અને ખુશી લાવનાર ક્ષણ હોય છે.

10. એક વાતચીત જેટલું અંતર

આ વાર્તામાંથી આપણે શીખીએ છીએ કે કામના સ્થળે માત્ર કામની ગુણવત્તા જ મહત્વની નથી, પણ એકબીજાને સમજવું અને લાગણીથી જોડાવું પણ એટલું જ જરૂરી છે. જ્યારે કોઈને સાચા દિલથી સાંભળવામાં આવે અને તેની લાગણીઓની કદર કરવામાં આવે, ત્યારે તે વ્યક્તિમાં વિશ્વાસ અને આત્મવિશ્વાસ વધે છે.પ્રિયાને ફક્ત આભાર કે સારા કામ માટે ઓળખવું જ નહિ, પણ તેની માનવતાને પણ સમજી અને સ્વીકારી લેવું જરૂરી હતું. રોહને જ્યારે કહ્યું કે "હું સમજવા ઈચ્છું છું કે હું ક્યાં ભૂલ કરી રહ્યો છું," તે સમયે બધી વાત બદલાઈ ગઈ. એ સમયે પ્રિયા ને લાગ્યું કે કોઈ તેને સાચા દિલથી સમજી શકે છે. આથી સમજાય છે કે,કાર્યસ્થળે જો લોકો એકબીજાની લાગણીઓને અને માનવતાને માન્યતા આપે તો સંબંધ મજબૂત થાય છે,અને ટીમ વધુ સુખદ અને અસરકારક બને છે. આ ભાવનાત્મક જોડાણથી વિશ્વાસ ફરીથી બને છે, મનોબળ વધે છે અને લોકો એકબીજાના સહયોગી બની શકે છે.

સાંક્ષેપમાં:સાચું સાંભળવું અને સમજવું કાર્યસ્થળની સફળતા માટે અત્યંત મહત્વનું છે.

૧૧. હું અને તું... હવે આપણે

દુશ્મનાવટ, અનુભૂતિ અને પુનઃજોડાણની વાર્તા:આ વાર્તાનો મુખ્ય સંદેશ એ છે કે ભાઈ-બહેન વચ્ચેની દૂરી અને દુશ્મનાવટ પાછળ હંમેશા એક અંદરથી છુપાયેલી ઈચ્છા હોય છે – "મને કોઈ સમજશે." જ્યારે આપણે એકબીજાની વાત ધ્યાનથી સાંભળીએ છીએ, ત્યારે આ દુશ્મનાવટ ધીમે ધીમે ખતમ થઈ જાય છે.

પ્રેમ એ માત્ર એકબીજાને વખાણવાનું નથી કે સફળતા સાથે ઝુકાવવામાં નથી. પ્રેમનો અર્થ છે એકબીજાની સાથે માનસિક રીતે રહેવું, એકબીજાને સમજવાનો પ્રયત્ન કરવો અને એકબીજાની લાગણીઓને મહત્વ આપવું.

જ્યારે પરિવારના સભ્યો ખરેખર એકબીજાની વાતો સાંભળવાની શરૂ કરે છે, ત્યારે "કોઈ મને સમજે" એ શબ્દો હવે દુઃખદ વિનંતી નહીં,પણ શાંતિ અને સંતુષ્ટિ આપનાર વાક્ય બની જાય છે. એટલે, સાચો પ્રેમ અને સંબંધ એ સહાનુભૂતિ અને સમજણથી બનાવાય છે, જેનાથી પરસ્પર દુશ્મનાવટ દૂર થઈ શકે છે અને સંબંધ મજબૂત બની શકે છે.

૧૨. અલગ હતા,પણ હંમેશા સાથે

આ વાર્તા ખૂબ જ સરળ અને ભાવુક છે. તે કહે છે કે દરેક વ્યક્તિ, ખાસ કરીને દરેક સ્ત્રી, અંદરથી એક એવી ઈચ્છા રાખે છે કે કોઈ તેમને સાચે સમજે, તેમની લાગણીઓને સમજવા માટે કોઈ તેમની વાત ધ્યાનથી સાંભળે. આ માત્ર સામાન્ય વાત નથી, પણ હૃદયની ઊંડાઈમાં રહેલી એક ખૂબ જ ખાસ લાગણી છે.

આયશા જેવી સ્ત્રી, જે સંસ્કૃતિ અને સમાજની અપેક્ષાઓ વચ્ચે ફસાઈ ગઈ હોય, તે ઘણીવાર પોતાને એકલવાયુ અને અસમર્થ અનુભવતી હોય છે. નૈના જે પોતાના અંદરના દુઃખ અને મૌન સાથે જઝબાતોનો સામનો કરતી હોય, તે પણ પોતાની વાતને કોણ સમજશે તે માટે આશા રાખે છે. ઝોયા જે સામાજિક દબાણ સામે લડતી હોય, તે પણ પોતાની ઓળખ અને પસંદગીને સમજાવવાની ઈચ્છા રાખે છે. આ વાર્તાનો મુખ્ય અર્થ એ છે કે પ્રેમ ફક્ત સુંદર શબ્દો કે વચનો નથી, પરંતુ એકબીજાને સમજવાનો અને એકબીજાના વિચાર અને લાગણીઓને માન્યતા આપવાનો સતત પ્રયત્ન છે. જ્યારે કોઈ વાત ધ્યાનથી સાંભળી શકે, અને એવું મહેસૂસ કરાવે કે “હું

તારી સાથે છું," ત્યારે જ પ્રેમ સાચો અને સુરક્ષિત બને છે. આ પ્રેમમાં કોઈ દબાણ નથી, કોઈ શંકા નથી, ફક્ત સાચી સમજ અને સ્વીકાર છે. ત્યારે જ "કોઈ મને સમજે છે" એ માત્ર સપનું નહીં, હકીકત બની જાય છે. આ વાર્તા આપણને શાંતિ અને આશા આપે છે કે સાચા સંબંધ એવા હોય જ્યાં આપણે પોતાનું સાચું સ્વરૂપ બતાવી શકીએ અને પ્રેમમાં સંપૂર્ણ સ્વીકાર મળી શકે.

૧૩. સ્ક્રીનથી સંબંધો સુધી

ગેરસમજથી ભાવનાત્મક આત્મીયતા સુધીની સફર: પ્રિયંકા અને સમીરની વાર્તા એ પ્રેમની એક એવી સુંદર અને હૃદયસ્પર્શી કથા છે, જે આપણને શીખવે છે કે સાચો પ્રેમ માત્ર જોડાઈ રહેવાનું નામ નથી, પરંતુ એકબીજાને સમજવા અને સમજાવવાની પ્રક્રિયા છે.જ્યારે તેમની વચ્ચે તાણ અને દૂરવર્તા આવી, ત્યારે કોઈ મોટી નાટકીય ઘટના થઈ નહોતી, કોઈ શોરશરાબા કે ઝઘડા નહીં. પરંતું, જ્યાં બધું ખામખાહ જટિલ બની રહ્યું હતું, ત્યાં બંનેએ એકબીજાને શાંત અને નમ્ર શબ્દોમાં કહેલું, "મને તારી યાદ આવે છે," એ એક નાનકડું પણ અદભૂત પ્રેમભર્યું કૃત્ય હતું. આ શબ્દોમાં છુપાયેલો હતો એક દ્રઢ સંદેશ – "હું તને ભૂલી નથી શકતો/શકતી." અને જ્યારે સમીરે પોતાની દુઃખભરી લાગણીઓને ખુલ્લા દિલથી વ્યક્ત કરી,ત્યારે એ માત્ર લખાણ કે શબ્દો નહોતા, એ લાગણી હતી જે ગાઢ અને અસલી હતી. પ્રિયંકાએ સમીરની વાતોને ધ્યાનથી સાંભળી, કોઈ દોષારોપણ કર્યા વિના. એ વાતનો અર્થ એ થયો કે તેઓ એકબીજાને સમજવા માટે તૈયાર હતા, એકબીજાના દુખમાં સાથે હતા.સૌથી મહત્વપૂર્ણ ક્ષણ ત્યારે આવી જ્યારે પ્રિયંકાએ મૌન છોડીને પોતાની લાગણીઓ પ્રામાણિક રીતે વ્યક્ત કરી. તે દબાણ કે ભય વગર, સ્પષ્ટ અને નિર્વિકાર કથન હતું. સમીર પણ બચાવવાની કોશિશ કર્યા વિના, પોતાની નબળાઈ બતાવી.

આ નબળાઈ જ હતી જે તેમને નજીક લાવી, કારણ કે સાચા સંબંધોમાં નબળાઈ વ્યક્ત કરવી પોતાની જ અંદર છુપાયેલી શક્તિને ઓળખવા જેવી હોય છે.

તે સમય દરમિયાન, તેમની વચ્ચે જે ભાવનાત્મક દિવાલ ઉભી થઈ હતી તે ધીમે ધીમે કરીને તૂટવા લાગી. હવે તેઓ માત્ર પ્રેમ વિશે નહીં, પરંતુ સમજણ અને સહાનુભૂતિ વિશે વાત કરી રહ્યા હતા. “છેવટે, કોઈ મને સમજે છે” – આ શબ્દોમાં જ તેમની લાગણીઓનો સાર છુપાયો હતો.

આ વાર્તા આપણને શીખવે છે કે પ્રેમમાં સૌથી મોટો ઉપચાર તે સમયે થાય છે જ્યારે બધું સંપૂર્ણ નથી હોતું. જ્યારે આપણે પોતાની ખામીઓને ખુલ્લા મનથી સ્વીકારીએ અને બીજી વ્યક્તિ પાસે જઈને કહીએ કે “હું આ છું, ખામી સાથે પણ,” ત્યારે જ સંબંધમાં સાચી ગાઢાઈ આવે છે. અને આ સમજણ અને સહાનુભૂતિ જ પ્રેમ નો મજબૂત પાયો બને છે.આવી રીતે પ્રિયંકા અને સમીરનો સંબંધ ફરીથી જીવંત થયો.,કેમ કે તેઓએ એકબીજાને જોઈ ને સાંભળવાની કદર કરી. અને ત્યારે જ પ્રેમની સાચી મીઠાશ અનુભવાઈ.

૧૪. સંઘર્ષથી સંસ્કાર સુધી

આ વાર્તા અંકિત અને સ્નેહા વિશે છે, જે શિસ્ત અને સમજણને લઈને અલગ-અલગ વિચાર ધરાવતા હતા. તેઓ માત્ર બાળકો નથી, પણ એકબીજાના ભાગીદારો પણ હતા. આ વાર્તા આપણને શીખવે છે કે વાલીપણું સંપૂર્ણ હોવું જ જરૂરી નથી, પરંતુ ત્યાં હાજરી રહેવી, સહાનુભૂતિ જાળવવી અને એકબીજાની સાથે આગળ વધવું મહત્વપૂર્ણ છે.અંકિત જ્યારે સમજ્યો કે તેની અંદર જે ગુસ્સો અને તણાવ છે તેની શરૂઆત તો તેના બાળપણમાં થઇ હતી, ત્યારે તે હળવો થયો. તે સમજ્યો કે તે જે રીતે વર્તે છે તે તેના ભૂતકાળની અસર છે, અને આ સમજણથી તે પોતાના પર દયા લાવવાનું શીખી ગયો. સ્નેહાએ પણ પોતાની શાંતિ અને સૌમ્યતા પાછળનું કારણ

સમજવાનો પ્રયાસ કર્યો,કે કેવી રીતે તેના જૂના અનુભવોએ તેને આ રીતે બનાવી છે. આ બંને પ્રસંગોએ તેમની વચ્ચે એક નવો સંબંધ સ્થાપ્યો.તેઓ હવે એકબીજાને જીતવા માટે નહીં, પણ સમજવા માટે દલીલ કરતા હતા. જ્યારે વર્કશોપ દરમ્યાન તેઓએ એકબીજાની આંખોમાં જોઈને શાંતિથી કહ્યું, "હવે કોઈ મને સમજે છે," ત્યારે એ ક્ષણ વાલીપણું અને પ્રેમ માટે એક નવા શરૂઆતનું પ્રતીક બની.આ વાર્તા આપણને એ પણ બતાવે છે કે જ્યારે આપણે સાચે એકબીજાને સમજી શકીએ, ત્યારે ઈજાઓ ઉપચાર પામવા લાગે છે. અને જ્યારે મોટા વયના લોકો પોતાના જીવનમાં નિયંત્રણ કરતા જોડાણની પસંદગી કરે છે, ત્યારે બાળકો ખુશ અને સલામત અનુભવે છે, અને તેમના વિકાસ માટે માર્ગ ખુલ્લો થાય છે.આમાં લાગણીય મુક્તિ, સમજણ અને પ્રેમનું ખૂબ જ સુંદર સંયોજન છે, જે દરેક વાલીને અને બંધુ-બાંધવને સમજવાની જરૂર છે.

૧૫. પાડોશી -રમખાણ કે સમાધાન

"પડોશી સંબંધો" એ એક કોમળ યાદ અપાવે છે કે દરેક બંધ દરવાજા પાછળ એક વાર્તા, સંઘર્ષ, જોવાની ઝંખના છુપાયેલી છે. નીતા અને અદિતિ - અવાજ, થાક અને અકથિત લાગણીઓથી અલગ થયેલી બે સ્ત્રીઓની યાત્રા,વાર્તા દ્વારા ધીમેધીમે સમજાવે છે કે ગેરસમજણો હૃદયને કેવી રીતે કઠણ કરી શકે છે, પરંતુ સહાનુભૂતિના નાના કાર્યો તેમને ફરીથી નરમ કરી શકે છે.એવી દુનિયામાં જ્યાં દરેક વ્યક્તિ પોતાનો બોજ વહન કરે છે, ત્યાં સમજવાની જરૂરિયાત - નિર્ણય વિના ખરેખર જોવાની - સાર્વત્રિક જરૂરિયાત છે. જ્યારે નીતા અને અદિતિએ આખરે એકબીજાની વાસ્તવિકતાઓનો સ્વીકાર કર્યો, ત્યારે તેમની વચ્ચેનું મૌન ઘોંઘાટથી નહીં, પણ શાંતિની પળો ભરેલું હતું. તે સહિયારી ક્ષણમાં, તેઓ બંને જે માટે ઝંખતા હતા તે શાંતિથી પ્રગટ થયું: "કોઈક મને સમજે છે." તે કોણ સાચું છે કે ખોટું તે વિશે નહોતું

- તે સાંભળવાનું, માફ કરવાનું અને દયાથી અદ્રશ્ય દિવાલો પાર કરવાનું પસંદ કરવાનું હતું.

૧૬. નિવૃત્તિઃ પુનઃશોધની યાત્રા

શ્રી ઉદયની યાત્રામાંથી મળેલી એક શક્તિશાળી શીખ એ છે કે જ્યારે કોઈ વ્યક્તિની લાગણીઓ સાચી રીતે સમજાય તો તેનો ઊંડો અને અનોખો પ્રભાવ પડે છે.લાંબા સમય સુધી, શ્રી ઉદયને એવું લાગતું હતું કે કોઈ પણ તેમના દુઃખ, પીડા અથવા તે જે ભાવનાત્મક તોફાનનો સામનો કરી રહ્યો છે, તેને કોઈ સમજી શકતું નથી.

તેઓ તેમના આસપાસની દરેક વસ્તુને નિયંત્રિત કરવાનો પ્રયાસ કરતા હતા,પરંતુ અંદરખાને તેમનું મન ચીસો પડી ને પૂછતું હતું કે કોઈ મને સમજે છે કે નહિ?પરિણામે, તેમની આ સ્થિતિમાં કોઈ બદલાવ ત્યાં સુધી આવ્યો નહિ, જ્યાં સુધી તેમની પૌત્રી રિયા તેમની સાથે એવી એવી ભાવના સાથે નિકટતા કેળવવા લાગી કે તેઓ ફક્ત તેના દાદા જ નથી, પણ એક એવી વ્યક્તિ છે જેમની અંદર લાગણીઓ, યાદો અને અણકહેલી જરૂરિયાતો છુપાયેલી છે. રિયાના સરળ અને પ્રેમભર્યા હાવભાવોએ — જે પ્રેમ અને યાદોથી ભરેલા હતા — તેના શબ્દો વિનાના હાવભાવ જાણે એક સંદેશો પ્રસાર્યો: “કે કોઈ છે જે તમને સમજે છે..”આ ક્ષણે શ્રી ઉદયના જીવનમાં પરિવર્તન આવ્યું. આ વાર્તા આપણને શીખવે છે કે સહાનુભૂતિના નાનાં નાનાં કાર્ય પણ ક્યારેક જીવન બદલી શકે છે. કેટલીકવાર માત્ર એક વ્યક્તિનું જોવું, સાંભળવું અને આપણા અનુભવને મૂલ્યવાન માનવું પૂરતું હોય છે, અને એથી ઉપચાર શરૂ થાય છે. આ વાર્તા એ પણ દર્શાવે છે કે જ્યારે કોઈની લાગણીઓને સાચે સમજવામાં આવે છે ત્યારે તે વ્યક્તિના એકાંત અને દુઃખમાંથી બહાર નીકળવાનો માર્ગ સરળ બને છે. સહાનુભૂતિ

અને સમજણને કારણે મનુષ્યને પોતાની મૂલ્યતા અને આધારનો અનુભવ થાય છે, જે સાદગીથી જીવનમાં સુધારો લાવે છે.

૧૭. ફરીથી શરુઆત

ફરીથી શરુઆત આપણને યાદ અપાવે છે કે સાચો ઉપચાર નાટકીય પરિવર્તનથી નહીં, પરંતુ પ્રામાણિક સ્વ-ચિંતન અને આપણા આંતરિક ખાલીપોનો સામનો કરવાની હિંમતથી શરૂ થાય છે. અનિલ અને કવિતાની યાત્રાઓ દ્વારા, આપણે જોઈએ છીએ કે કેવી રીતે ટેવોનું વ્યસન, પછી ભલે તે પદાર્થો હોય કે સ્ક્રીન, ઘણીવાર ઊંડા ભાવનાત્મક જોડાણને ઢાંકી દે છે. નબળાઈને સ્વીકારીને, ચક્ર ઉપચાર અને જર્નલિંગ જેવી પ્રથાઓનું અન્વેષણ કરીને, અને સહાનુભૂતિ સાથે સંપર્ક કરીને, પરિવર્તન શક્ય બને છે. વાર્તા એ વાત પર ભાર મૂકે છે કે ફરીથી જોડાવામાં ક્યારેય મોડું નથી - આપણી જાત સાથે, આપણા પ્રિયજનો સાથે અને આપણે જે જીવનનું સ્વપ્ન જોયું હતું તે સાથે - સાબિત કરીને કે જાગૃતિ અને સમજણ શાંતિ તરફના પ્રથમ પગલાં છે.

૧૮. કારકિર્દી અને સંબંધોની સમતુલા

કારકિર્દી અને સંબંધોની સમતુલા,એક સુંદર અને સચોટ સંદેશ આપે છે કે કરુણા, પ્રામાણિકતા અને પ્રિયજનોના સમર્થન સાથે, વ્યક્તિના સાચા સ્વ સાથે ફરીથી જોડાવામાં ક્યારેય મોડું થતું નથી. આ વાર્તા સુંદર રીતે દર્શાવે છે કે ઊંડાણપૂર્વક સમજવું - અને બીજાઓને સમજવાનું પસંદ કરવું - એ વાસ્તવિક પરિવર્તન અને કાયમી સુખનો પાયો છે.

૧૯. સપનાની જગ્યાએ સમજણ

આ વાર્તાનો નિષ્કર્ષ ખૂબ જ મહત્વપૂર્ણ અને જીવનપ્રેરક છે. આજના યુગમાં, જ્યારે વિદેશ જવાની લાલસા અને આકર્ષણ ખુબજ વધી ગયું છે, ત્યારે આપણને સમજવું જરૂરી છે કે સફળતા માટે કોઈ એક જ માર્ગ નથી. કોઈ માટે વિદેશ જવું શ્રેષ્ઠ હોઈ શકે, તો કોઈ માટે પોતાના દેશમાં રહીને મહેનત કરવી વધુ લાભદાયક સાબિત થાય. મહેનત, ઈમાનદારી અને ધીરજ એ કોઈ પણ જીવનમાં સફળતા મેળવવાના મુખ્ય સ્તંભ છે.

આ વાર્તા આપણને શીખવે છે કે પોતાની ક્ષમતાઓને સમજવી અને પરિસ્થિતિ પ્રમાણે સમજદારીથી નિર્ણય લેવો ખૂબ જરૂરી છે. વિદેશ જવું એ માત્ર સપનાનું પૂરું થવું નથી, ત્યાં પણ ઘણી અડચણો અને પડકારોનો સામનો કરવો પડે છે. જ્યારે તમે તમારી મર્યાદાઓ અને શક્તિઓને ઓળખી લેતા હો, ત્યારે તમારું માર્ગ સ્પષ્ટ બની જાય છે.પરિવાર સાથે જોડાયેલા રહેવું પણ એટલું જ મહત્વપૂર્ણ છે. જીવનમાં સફળતા માત્ર પૈસા, પદ અથવા સ્થાનથી માપાય નહીં, પરંતુ સંબંધો, પ્રેમ અને સાથ-સહકારથી પણ માપાય છે. માતા-પિતા અને પરિવારજનો સાથે રહેવું જીવનમાં સ્થિરતા અને શાંતી લાવે છે, જે માનસિક અને ભાવનાત્મક રીતે તાકાત આપે છે.આથી નિષ્કર્ષ એ થાય છે કે યુવાનોએ પોતાની જાત પર વિશ્વાસ રાખવો જોઈએ, મહેનત અને ઈમાનદારીથી આગળ વધવું જોઈએ, અને કુટુંબ સાથે પ્રેમપૂર્ણ સંબંધ જાળવવા જોઈએ. સફળતા એ લાંબી યાત્રા છે જેમાં ધીરજ અનિવાર્ય છે. આ વાર્તા દરેક યુવાનને પ્રેરણા આપે છે કે તે પોતાના સપનાઓને સાકાર કરવા માટે સતત પ્રયત્ન કરે અને ક્યારેય આશા ન તોડે.

સફળતા માટેની આ સંકલ્પશક્તિ, ધીરજ અને પરિવાર સાથેનું મજબૂત સબંધ જીવનમાં સાચી ખુશી અને સંતોષ લાવે છે. નિષ્કર્ષ એ પણ છે કે જીવનમાં કોઈપણ

મોટો નિર્ણય લેતા પહેલા પોતાના કૌશલ અને પરિસ્થિતિઓને સમજવું અનિવાર્ય છે અને પછી જ આગળ વધવું જોઈએ.

અંતમાં ખાલી એટલું જ કહીને વિરમું છું કે સમજશક્તિ અને પ્રેમ વચ્ચે ખુબજ પાતળી રેખા છે,અઢળક પ્રેમ હોવો અને સામેની વ્યક્તિની લાગણીઓને સમજવી એ બે વચ્ચે આસમાન - જમીન નો ફરક છે.હિન્દી માં કોઈએ કહેલી ચાર પંક્તિ યાદ આવે છે,જે આપની સમક્ષ રજુ કરું છું.

समझ समझ कर समझ को समझो ,

समझ समझना भी एक समझ है।,

समझ समझ कर समझ को जो न समझे ,

मेरी समझ मै वह नासमझ है।

હું આશા રાખું સાચું કે આ પુસ્તક વાંચીને તમે તમારી ઝીંદગી માં કઈ જગ્યાએ સમઝ ને સ્થાન આપવું છે તે નક્કી કરી શકો.જાગ્યા ત્યારથી સવાર ,સમ્બન્ધો સુધારવા માટે કોઈ પણ સમય ક્યારે પણ ખોટો કે મોડો નથી હોતો.બસ જરૂર છે એક નિશ્ચ્રય ની,એક પહેલની અને એક સમઝણ ની.તો આવો સૌ પ્રથમ આપણે સૌ આપણી અપેક્ષાઓ,આપણી આકાંશાઓ અને આપણે ક્યાં સુધારો કરવાની જરૂર છે એ નક્કી કરીયે.અંગ્રેજી માં કહ્યું છે ને કે :

નોંધ:

આ પુસ્તકમાં વર્ણવેલ બધા પાત્રો, નામો અને ઘટનાઓ કાલ્પનિક છે.કોઈપણ જીવંત કે મૃત વ્યક્તિ સાથે કોઈપણ સામ્યતા સંપૂર્ણપણે સંયોગ છે. આ વાર્તાઓ ફક્ત પ્રેરણા, શાંતિ અને વિચાર માટે છે - કોઈને દુઃખ પહોંચાડવાનો હેતુ નથી.

Charity begins at home

Better late than never

OM SHANTI

DR. APJ ABDUL KALAM
भारतीय रत्न सम्मान
2025

डॉ. एपीजे अब्दुल कलाम
"भारतीय रत्न सम्मान"
(AN EXCLUSIVE GLOBAL HONOUR 2025)

THIS CERTIFICATE IS PROUDLY PRESENTED TO

CERTIFIED

Tushar Mehta

This award is proudly presented to Tushar Mehta in recognition of his insightful article, "Koi To Samjo Mane," which beautifully highlights the importance of mutual understanding between family members. His thoughtful writing brings awareness to the significance of strong family bonds, fostering harmony and emotional well-being within households.

Certificate no. - DABJ/WWF/2025_130
ISSUANCE DATE - 13/02/2025

AUTHORIZED SIGNATORY
RAM MOHAN BAJPAI
(FOUNDER AND DIRECTOR)
DR. A.P.J ABDUL KALAM
BHARTIYA RATNA SAMMAAN 2024

ThePrint ANI NEWS INDIA ZEE5 WIKIPEDIA The Free Encyclopedia MADE IN INDIA

WELRED FOUNDATION
Non-Profit Organisation
Swami Vivekananda Pride
Achievers Award
Certificate of Excellence
This certificate is proudly presented to
Mr. Tushar Mehta
Anand, Gujarat, India
"Presenting this Certificate of Appreciation to Mr. Tushar Mehta for Outstanding Contributions as an Excellent Author. Your dedication inspires us all"
CERTIFICATE NO. WF/3778/2025
ISSUANCE DATE - 21.02.2025
RASBIHARI KAYET
Director
WELRED FOUNDATION
SHRABANI KAYET
Director
WELRED FOUNDATION
ISO 9001:2015
Powered by WELRED FOUNDATION, A Non-Profit Organisation (Under Section 8)
Recognised by Ministry of Corporate Affairs, NITI Aayog, Delhi NCT, MSME, ISBN Government of India

WORTHY WELLNESS LIVE

"Honoring Excellence with Worthy Recognition"

28.02.2025 worthywellness.in Friday

: UNVEILING EXEMPLARY ACHIEVEMENTS:

"Tushar Mehta Honored with Bhartiya Ratan Samman for His Literary Contribution from Worthy Wellness Foundation"

Worthy Wellness Foundation proudly honors Tushar Mehta, an exceptional sales professional and emerging author, with the prestigious Bhartiya Ratan Samman for his remarkable contribution to literature and social awareness. His upcoming book, "Koi To Samjo Mane", has already garnered immense appreciation, even before its completion, through his short stories on social media.

Tushar's work is deeply rooted in human relationships, emphasizing the importance of understanding in everyday interactions—be it between husbands and wives, parents and children, romantic partners, or professional colleagues. His stories, shared on platforms like Facebook, Instagram, and YouTube, under the page "Man Na Zarukhe Thi", have resonated with thousands, touching hearts and fostering meaningful connections.

The book aims to address misunderstandings and emotional struggles in relationships, offering a healing perspective through storytelling. With stress and miscommunication becoming common in today's fast-paced life, his narratives provide a much-needed reminder to listen, empathize, and understand each other better.

Despite not being published yet, his short stories have already created a positive impact by helping individuals reflect on their relationships. His ability to articulate deep emotions through simple yet powerful storytelling has set a new benchmark in contemporary literature.

The Bhartiya Ratan Samman is a testament to Tushar Mehta's dedication to fostering emotional well-being and strengthening relationships through his literary work. His storytelling talent continues to inspire and connect people, making him a deserving recipient of this prestigious honor

"Celebrating an Emerging Author's Mission to Strengthen Relationships Through Storytelling"

Tushar Mehta, a dedicated sales professional and talented writer, has been honored with the Bhartiya Ratan Samman by Worthy Wellness Foundation for his exceptional literary contribution. His upcoming book, "Koi To Samjo Mane", focuses on the importance of understanding in human relationships, addressing common struggles between partners, family members, and colleagues. Despite not being published yet, his short stories on social media—under the page "Man Na Zarukhe Thi"—have already touched countless lives, receiving widespread appreciation. His work emphasizes resolving misunderstandings and emotional conflicts through storytelling, offering a healing perspective for readers. Tushar's literary journey is a source of inspiration, proving that powerful narratives can bridge gaps and bring people closer. This honor recognizes his efforts in promoting emotional well-being through literature, making him a true beacon of impactful storytelling.

9 789370 022522

Printed at Repro India Ltd.